ஆர்யபட்டா

கிழக்கு பதிப்பக வெளியீடுகளாக சுஜாதாவின் புத்தகங்கள்

21ம் விளிம்பு
24 ரூபாய் தீவு
6961
அப்பா, அன்புள்ள அப்பா
அப்ஸரா
அனிதா - இளம் மனைவி
அனிதாவின் காதல்கள்
அனுமதி
ஆ..!
ஆட்டக்காரன் சிறுகதைகள்
ஆதலினால் காதல் செய்வீர்
ஆயிரத்தில் இருவர்
ஆர்யபட்டா
ஆழ்வார்கள்:ஓர் எளிய அறிமுகம்
ஆஸ்டின் இல்லம்
இதன் பெயரும் கொலை
இரண்டாவது காதல் கதை
இருள் வரும் நேரம்
இளமையில் கொல்
இன்னும் ஒரு பெண்
உள்ளம் துறந்தவன்
ஊஞ்சல்
எதையும் ஒரு முறை
என் இனிய இயந்திரா
என்றாவது ஒரு நாள்
ஐந்தாவது அத்தியாயம்
ஒரு நடுப்பகல் மரணம்
ஒரே ஒரு துரோகம்
ஓடாதே
ஓரிரவில் ஒரு ரயிலில்
ஓரிரு எண்ணங்கள்
ஓலைப்பட்டாசு
கடவுள் வந்திருந்தார்
கமிஷனருக்குக் கடிதம்
கம்ப்யூட்டரே ஒரு கதை சொல்லு
கம்ப்யூட்டர் கிராமம்
கரையெல்லாம் செண்பகப்பூ
கற்பனைக்கும் அப்பால்
கனவுத் தொழிற்சாலை
காயத்ரி
குருபிரசாத்தின் கடைசி தினம்
கை
கொலை அரங்கம்
சிங்கமய்யங்கார் பேரன்
சில வித்தியாசங்கள்
சிவந்த கைகள்
சிறுகதை எழுதுவது எப்படி?
சின்னச் சின்னக் கட்டுரைகள்
சொர்க்கத் தீவு
டாக்டர் நரேந்திரனின் வினோத வழக்கு
தங்க முடிச்சு
தப்பித்தால் தப்பில்லை
திசை கண்டேன் வான் கண்டேன்
தீண்டும் இன்பம்
தூண்டில் கதைகள்
தேடாதே
தோரணத்து மாவிலைகள்
நகரம் சிறுகதைகள்
நிர்வாண நகரம்
நில் கவனி தாக்கு
நில்லுங்கள் ராஜாவே
நிறமற்ற வானவில்
நிஜத்தைத் தேடி
நைலான் கயிறு
பதினாலு நாள்கள்
பத்து செகண்ட் முத்தம்
பாதி ராஜ்யம்
பாரதி இருந்த வீடு
பிரிவோம் சந்திப்போம்
ப்ரியா
மண்மகன்
மத்யமர்
மலை மாளிகை
மனைவி கிடைத்தாள்
மாயா
மிஸ் தமிழ்தாயே நமஸ்காரம்
மீண்டும் ஒரு குற்றம்
மீண்டும் தூண்டில் கதைகள்
மீண்டும் ஜீனோ
முதல் நாடகம் - நாடகங்கள்
மூன்றுநாள் சொர்க்கம்
மெரீனா
மேகத்தைத் துரத்தியவன்
மேலும் ஒரு குற்றம்
மேற்கே ஒரு குற்றம்
ரயில் புன்னகை
ரோஜா
வசந்த காலக் குற்றங்கள்
வாய்மையே சில சமயம் வெல்லும்
வாரம் ஒரு பாசுரம்
வானத்தில் ஒரு மௌனத்தாரகை
விக்ரம்
விடிவதற்குள் வா
விபரீதக் கோட்பாடு
விருப்பமில்லா திருப்பங்கள்
விரும்பிச் சொன்ன பொய்கள்
விவாதங்கள் விமர்சனங்கள்
விழுந்த நட்சத்திரம்
வைரங்கள்
ஜன்னல் மலர்
ஜீனோம்
ஜோதி
ஸ்ரீரங்கத்து தேவதைகள்

ஆர்யபட்டா

சுஜாதா

கிழக்கு

ஆர்யபட்டா
Aryabhatta
by Sujatha

First Edition: April 2010
152 Pages
Printed in India.

ISBN 978-81-8493-409-0
Kizhakku - 469

Kizhakku Pathippagam
177/103, First Floor,
Ambal's Building, Lloyds Road
Royapettah, Chennai 600 014.
Ph: +91-44-4200-9603

Email : support@nhm.in
Website : www.nhm.in

Cover Image : Shutterstock ©

Backcover Image : Srihari

Kizhakku Pathippagam is an imprint of New Horizon Media Private Limited

“துப்பாக்கி வெடிக்கும் சப்தம் கேட்டது. ஆனந்த் கண்களில் ஆச்சரியத்துடன் தன் மார்பைப் பிடித்துக்கொண்டு விழுந்தான். மூச்சு முட்டியது. கையை, நம்பிக்கை இல்லாமல், அதன் ரத்தத்தை பார்த்தான். எதிரே பார்த்தான். அவன் கண்களில் வேதனையும் ஆச்சரியமும் தெரிந்தன.”

முன்னுரை

இந்தக்கதை எனது நண்பரும் திரைப்பட நடிகருமான ரமேஷ் அரவிந்த் அவர்கள் கொடுத்த யோசனையின்பேரில் ஒரு கன்னடத் திரைப்படத்துக்காக எழுதியது. தமிழில் நாவல் வடிவத்தில் எழுதியதை அவர்கள் திரைக்கதையாக மாற்றிக் கொண்டார்கள். தமிழில் எழுதியதை கல்கி இதழுக்கு திரு ராஜேந்திரன் தொடர்கதை கேட்டபோது இதன் பூர்வீகத்தைச் சொல்லி விட்டுக் கொடுத்தேன். அது கல்கி இதழில் 1998-ல் பிரசுரமாகியது.

'ஆர்யபட்டா' கன்னடத் திரைப்படம் ரமேஷ் அரவிந்த், சௌந்தர்யா நடித்து கர்நாடக மாநிலத்தில் வெளிவந்தது. அந்தப் படத்தை நான் இன்னும் பார்க்கவில்லை.

என் புத்தகங்களை விரும்பி வாங்கிப் படிக்கும் வாசக அன்பர் களுக்கு என் நன்றி.

சுஜாதா

சென்னை

12.12.2000

1

இந்த ஒரு வீட்டின் வாசலிலிருந்து சென்று அதன் மாடி அறைக்குள் நுழைந்தால் சுவரில் ஆனந்தின் படம் தெரியும். ஆனந்தையும் பாரதியையும் கல்யாணக் காட்சியில் காணலாம். ஆனந்த் பட்டம் வாங்குவது, பரிசு வாங்குவது, அவன் படிப்புக்கு அத்தாட்சியான டிப்ளமாக்கள், மெடல்கள், ஆனந்தும் பாரதியும் பிக்னிக் என்று பல படங்கள் சம்பிரதாய சந்தோஷத்தைக் காட்டின. ஆனந்த்தான் இந்தக் கதையின் நாயகன். ஆனால் அவன் இந்த அத்தியாய முடிவுக்குள் இறந்துபோகப் போகிறதில் ஆனந்தம் இல்லை. எனவே அவனைப் பற்றி விவரமாகச் சொல்வதற்கு நமக்குச் சமயமில்லை. அவ்வப்போது வைத்துக் கொள்ளலாம். இப்போது அலமாரி நிறைய புத்தகங்களைக் கவனிக்கவும். குறிப்பாக Explosives, The Peace Bomb, Physical Research போன்றவற்றை. கோப்பைகள், ட்ராஃபிகள் நிரம்பி இருந்தாலும் நடுத்தர வர்க்க வீடு என்பது தெளிவாகத் தெரிந்தது. அவற்றையெல்லாம் பார்த்துவிட்டு மொட்டை மாடிக்கு வரும்போது, நீலவானத்தில் பறக்கும் ஒரு விமானம் பெங்களூர் ஏர்போர்ட்டில் இறங்கும்போது துப்பாக்கி வெடிக்கும் சப்தம் கேட்டது. ஆனந்த் கண்களில்

ஆச்சரியத்துடன் தன் மார்பைப் பிடித்துக்கொண்டு விழுந்தான். மூச்சு முட்டியது. கையை, நம்பிக்கை இல்லாமல், அதன் ரத்தத்தை பார்த்தான். எதிரே பார்த்தான். அவன் கண்களில் வேதனையும் ஆச்சரியமும் தெரிந்தன.

ஆனந்த் டெலிபோனை நோக்கி மிகுந்த சிரமத்துடன் சென்று அதன் பட்டன்களில் 100 ஒத்தினான்.

'போலீஸ் கண்ட்ரோல் ரூம்.'

'சோமு! சோமு!' என்றான் ஆனந்த். அதற்கே மிகுந்த சிரமப் பட்டு, சுவாசப் பையில் காற்று நிரப்பிக்கொள்ள வேண்டி யிருந்தது.

'ஹலோ ஹலோ! யார் பேசறது? என்ன விசயம் சொல்லுங்க' என்றது குரல் (கன்னடத்தில்தான்). ஆனந்த் மீண்டும் 'சோமு' என்றான்.

'ஹலோ ஹலோ?' கண்ட்ரோல் ரூமில் அந்த காலை அட்டெண்ட் பண்ணவர் புதிதாக சேர்ந்த பயிலுனர். அந்தச் சந்தர்ப்பங்களில் என்ன செய்வது என்பதற்கு அவருக்குப் பயிற்சி அளிக்கப்பட வில்லை.

'யாரோ 'சோமு'னு சொல்லிட்டு அப்புறம் பேச்சே இல்லை. மூச்சு மட்டும் கொஞ்ச நேரம் கேட்டுது. இப்ப நின்னு போச்சு.'

உடன் இருப்பவர், 'லாக் புக்ல டயத்தை நோட் பண்ணிக்க. சோமுன்னு எழுதிக்க. அவ்வளவுதான்' என்றார்.

மெல்ல மெல்ல ஆனந்த் சரிந்துவிழ, அவன் கடைசிக் கணங் களில் அவனுக்கு உதவ யாரும் இன்றி கண்களில் இருள் படியு முன் அவன் இளம் வாழ்க்கையின் அத்தனை அற்புதக் கணங் களும் ஊர்வலமிட்டன. இங்கே ஓர் அழுகைக்குரல், அங்கே ஓர் ஆனந்தக் குரல், செக்ஸுக்குப்பின் முகத்தில் மேலுதட்டில் வியர்வை முத்து, செம்பருத்திப் பூப்பறிக்கும் போது காகம் வந்து உச்சந்தலையைக் கொத்தியது, ஏதோ ஒரு பசும் புல்வெளியில் மஞ்சள் வண்ணத்துப் பூச்சியைத் துரத்தியது, 'இத்தனை மென்மை யானதா இது' என்கிற ஆச்சரியம், தாயின் சடலத்தின் மேல் தீயின் நாக்குகள், அமெரிக்காவில் சியாட்டில் பயிற்சியில் ஒரு போதை ராத்திரி, பையிலிருந்து சீப்பை எடுத்து வழுக்கைத் தலையை

வாரிக்கொள்ளும் டைரக்டர், நாய்க் கண்காட்சியில் 'எட்டாம் நம்பர் அல்சேஷன் மேடைக்கு வரவும்' என்கிற அறிவிப்பு...

குழப்பமான பிம்பங்கள். தொடர்பில்லாமல் அலை அலையாக வந்து மயங்கி, மயங்கி, ஆனந்த் இறந்து போனான்.

பெங்களூர் விதான் சௌதாவின் முகப்பில் 'ராஜ்யோத்சவ தினம்'. கர்நாடக மாநிலத்தின் முக்கிய விஞ்ஞானிகளுக்கு ஆர்யபட்டா விருது வழங்கும் பாராட்டு விழா. சுஸ்வாகதா (நல்வரவு) என்கிற பானர் ஏன் இப்படி தொந்தரவு செய்கிறாய் என்று காற்றை விசாரித்துக்கொண்டிருந்தது. ஹாலில் பலர் கூடியிருந்தார்கள். ஹாலில் நுழையுமுன்னேயே கை தட்டல் சப்தம் கேட்டது. மேடையில் ஒரு மந்திரி மட்டும் முந்திரி போல் தனிப்பட்டுத் தெரிய மற்ற பிரமுகர்கள் சூட் அணிந்து வீற்றிருந் தார்கள். அவர்களுக்குப் பின் தொங்கிய வெல்வெட் திரையில் 'கர்நாடக ராஜ்ய சர்க்கார் விஞ்ஞானிகளுக்குப் பரிசளிப்பு விழா' என்று எழுதியிருந்தது.

போடியம் மைக்கில் ஒவ்வொரு பெயராக அறிவிக்க, கைத்தட்ட லுடன் முன்வரிசையிலிருந்து பல விஞ்ஞானிகள் பரிசு வாங்க ஸ்டேஜுக்கு வந்துகொண்டிருந்தார்கள்.

டாக்டர் விசுவநாத்
டாக்டர் நஞ்சுண்டைய
டாக்டர் சரஸ்வதி
டாக்டர் நரசிம்மன்
டாக்டர் அல்தாப் அகமத்...

ஒவ்வொருவரும் விருது வாங்கி ஆடியன்சை வணங்கிவிட்டுச் செல்ல, அறிவிப்பாளர் 'டாக்டர் சோமசுந்தர்!' என்று விளித்தார்.

சோமசுந்தருக்கான நாற்காலி காலியாக இருந்தது. அறிவிப்பாளர் மீண்டும் 'டாக்டர் சோமசுந்தர்!' என்று கூப்பிட, சற்று நேரம் மேடையில் மௌனம். மந்திரி இங்குமங்கும் பார்த்தார். அருகில் தம் உதவியாளரை அழைத்து 'வரவில்லையா' என்றார்.

சற்று நேரத்தில் டாக்டர் சோமசுந்தர் அவசர அவசரமாக வந்து சேர்ந்தார். தம் வழுக்கைத் தலையைத் துடைத்துக்கொண்டு வேகமாக ஸ்டேஜுக்கு வந்து கைதட்டல் ஆரவாரத்துக்கு மத்தி யில் பரிசு வாங்கும்போது 'ஸாரி சார், பாத்ரூம் போயிருந்தேன்' என்றார்.

மந்திரி, 'தட்ஸ் ஆல்ரைட்' என்று சிரித்துவிட்டு அவர் சென்றதும் உதவியாளரிடம் 'சூளே மகா! நேரத்துக்கு வராதவனுக்கு எதுக்கு விருது!' என்றார்.

ஷாமிலி, 'நான் இருவுது நினகாகி' என்று ராஜ்குமார் பாடல் ஒன்றைப் பாடிக்கொண்டே வீட்டு வேலை செய்ய வந்தாள். வாசலில் பால் பாக்கெட் வைத்திருந்தது. செய்தித்தாளும் கிடந்தது. 'இன்னும் எந்திரிக்கலியா என்ன? ஏழரை ஆச்சே? ஆறு மணிக்கு எந்திரிச்சுருவாரே' என்று காலிங் பெல்லை அழுத்தினாள். 'சார்! ஆனந்த் சார்!'

கதவைத் தட்ட, கதவு தானாகத் திறந்துகொண்டது. 'என்னது? வெளிய போயிருக்காரா கதவைத் திறந்து வச்சுட்டு... அம்மா வரட்டும், சொல்லிப் போடறேன். ஒரு வாரம் அம்மா வூட்டுல இல்லைன்னா எத்தனை அமர்க்களம். இந்த அய்யா எப்பவுமே மறதிதான்...'

'சார், ஆனந்த் சார்!'

ஷாமிலி மெல்ல உள்ளே நுழைந்தாள். மாடியில் ஆனந்தின் லாப் அறைக்குச் சென்றாள். அவள் நடையில் தயக்கம் தென்பட்டது. ஏதோ கெட்ட செய்தியை, காட்சியை எதிர்பார்த்து அவள் முகத்தில் கவலை தெரிந்தது. ஆனந்தின் கால் தெரிந்தது போன் அருகில்.

'குடிக்க மாட்டாரே! சார், ஆனந்த் சார்?'

ஷாமிலி அப்போதுதான் இறந்த உடலைப் பார்த்தாள்.

வீறிட்டு சுமார் 140 டெசிபெலில் அலறினாள்.

ஜமதக்னி பக்கத்து வீட்டுக்காரர். அவருடைய வாழ்க்கை அந்த 30-40 சைட்டிலும் ஒரு தென்னை மரத்திலும் பையனுக்கு ஹோம் ஒர்க்கிலும் பெண்டாட்டி பேச்சு கேட்பதிலும் திருப்திகரமாகக் கழிந்துவிடும். பயந்த ஆசாமி. ஷாமிலி ஓடிவந்து தன் இளமை தெரிவது தெரியாமல், 'ஆனந்தப்பா செத்துட்டாருங்க. போன் பக்கத்ல பொணம் கெடக்குதுங்க. கண்ணு தெறந்திருக்கு, வாய் வழியா கொஞ்சம் நுரை' என்று அடுக்கிக்கொண்டே சொல்ல, ஜமதக்னி, 'ஏம்மா செத்தாச்சுன்னு சொல்லிட்டல்ல? எதுக்கு மேல் விவரம்? காலைல சாப்ட்ட திண்டியெல்லாம் வெளிய வந்துரும்போல.'

ஷாமிலி, 'அய்யா நான் எதும் செய்யலைய்யா. கதவை இப்படித் தொட்டேன், திறந்துகிச்சு.'

ஜமதக்னி, 'உன்னை யாரும் எதும் செய்யமாட்டாங்க' என்று போனை எடுத்து 'போலீஸ் கண்ட்ரோல் ரூம்? நானு ஜமதக்னி மாத்தாடுத்தினி... இங்க எங்க வீட்டுக்குப் பக்கத்தில ஒரு கொலை நடந்து போச்சு... அட்ரஸா? எழுதிக்கங்க பிஎஸ்கே தர்ட் ஸ்டேஜ், ஜர்னலிஸ்ட் காலனி தாண்டினப்புறம்... நம்பரா? டென் பட்டா டொண்டி ஒன்.'

போனை வைத்துவிட்டு, முகத்தில் வியர்வையை ஒத்திக் கொண் டார். ஷாமிலி அழுகையை நிறுத்தாமல், 'ரொம்ப நல்லவரு. தீபாவளிக்கு புடைவையெல்லாம் கொடுத்தாங்க!'

ஜமதக்னி, 'அவரா கொடுத்தாரு?'

ஷாமிலி, 'பாரதி அம்மா' என்றாள்.

ஜமதக்னி, 'அம்மா எங்க இப்ப?'

ஜமதக்னியின் மனைவி கவலை முகத்துடன் அருகில் வீற்றிருந் தாள். 'மெட்ராஸ் போயிருக்கா. ரொம்ப நல்ல பொண்ணு பாரதி. இந்தச் செய்தியை எப்படித் தாங்கிக்கப் போறாளோ?'

ஜமதக்னி... 'கொலைன்னு எப்படிச் சொல்றே?'

ஷாமிலி, 'இப்பவே பாடி நீலமாயிருச்சுங்க. நாக்கு நீட்டிக் கினு...'

'பாரும்மா, பாடி எப்படி இருந்ததுன்னு எனக்கு விவரம் வேண்டாம். ஏற்கெனவே நொந்து போயிருக்கேன்!'

மனைவி, 'போலீஸ்காரா நம்மை கேள்வி கேப்பாங்களோ.'

ஜமதக்னி, 'தெரியலையே, வார பலன்ல போட்டிருந்தான். 'பக்கத்து வீட்டுக்காரரால் பிரச்னை'ன்னு. இப்படியா?'

மனைவி 'இருங்க புடைவை மாத்திக்கிட்டு வந்துடறேன்' என்றாள்.

அவர்கள் சென்றபோது ஆனந்தின் வீட்டு முன் வாசலில் ஒரு சிறு கூட்டம் எட்டிப் பார்த்துக்கொண்டிருந்தது. சைரனுடன் ஜீப்

வந்தது. ப்ரபாகர் ராவும் அவருடைய அசிஸ்டெண்ட் சங்கரும் சில போலீஸ்காரர்களும் துடிப்பாக இறங்கினார்கள்.

ப்ரபாகர் ராவ் தன் தொப்பியைச் சரி செய்து, 'ஜமதக்னி யாரு?'

'நான்தாங்க போன் பண்ணேன்.'

'நீங்கதான் முதல்ல பாடியைப் பார்த்தீங்களா?'

'அய்யோ நான் இன்னும் பார்க்கவே இல்லை. வேலைக்காரி ஷாமிலி.'

'நீ எப்பம்மா பாத்தே?' என்று உள்ளே சுற்று முற்றும் பார்த்துக் கொண்டு நுழைந்தார். 'இப்படி வாம்மா!'

ஷாமிலி, 'காலைல கெலசாக்காக வரேன், கதவை தட்டறனா, திறந்திருக்கு...' ப்ரபாகர் ராவ் தன் உதவியாளரிடம்: 'நோட் தட் டவுன், தி டோர் வாஸ் ஓபன்' என்றார்.

அவர்கள் ஆனந்த் கிடக்கும் இடத்தை அடைந்தார்கள். ப்ரபாகர், 'ஷாமிலி நீ எதும் பொருளைத் தொட்டியா?'

'இல்லைங்க. பிரேதத்தைப் பாத்த உடனே ஓடியாந்து அய்யா கிட்ட...'

ப்ரபாகர் ராவ் மேற்கொண்டு கவனிக்காமல் குனிந்து ஆனந்தின் உடலைப் பார்த்தார். போலீஸ் போட்டோகிராபர்கள் சுள் சுள் என்று படம் எடுத்தார்கள்.

'ஃபாரன்ஸிக் லாபுக்கும் ஸிஓடிக்கும் சொல்லிரு. ப்ரிண்ட்ஸ் எடுக்கும்படி. மர்டர் வெப்பன் கிடைக்கறதாப் பாருங்க. லுக்ஸ் லைக் ஹி வாஸ் ஷாட் பாயிண்ட் ப்ளாங்க்.'

சங்கர் நோட்ஸ் எழுதிக்கொள்ள ப்ரபாகர் ராவ் திறமையாக டிக்டேஷன் கொடுத்தார். 'உடல் தரையில் கிடக்கிறது. ஒரு கால் மடங்கியிருக்கிறது. கண்கள் திறந்திருக்கின்றன. சமீபத்தில் ஏதும் ஆயுதம் தென்படவில்லை. மார்பில் சுடப்பட்டு உடன் இறந்திருக்க வேண்டும்.'

பிணைத்தைப் புரட்டி, 'எக்ஸிட் ஊண்ட் இருக்கிறது. ஃபோனை எடுத்து யாருக்கோ ஃபோன் பண்ண முயற்சி தெரிகிறது... சங்கர், கண்ட்ரோல் ரூம்ல நேத்து ஏதாவது டிஸ்ட்ரஸ் கால் மெஸேஜ் வந்ததான்னு செக் பண்ணிரு.'

'ஏம்மா நேற்று சாயங்காலம் எத்தினி மணிக்கு அய்யாவை உயிரோட பாத்தே?'

ஷாமிலி, 'அஞ்சரை மணிக்குய்யா!' என்றாள்.

சங்கர், 'ராத்திரி செத்திருக்கணும்.'

'ஜமதக்னி, நீங்க நேத்து வீட்லதானே இருந்தீங்க?'

ஜமதக்னி பயத்துடன், 'ஆமாங்க, டிவி பார்த்துக்கிட்டு இருந் தோம்.'

'துப்பாக்கி வெடி சப்தம் ஏதாவது கேட்டுதா?'

'இல்லைங்க. அதான் ஆச்சரியம். வீட்டை விட்டு எங்கயும் போகலை!'

ப்ரபாகர் விசாரணையைத் தொடர்ந்தார். 'ஆபீஸ்லருந்து எப்ப வந்தீங்க.'

'அஞ்சரை மணிக்கு.'

'அதுக்கு முன்னாடி செத்திருக்கணும்.'

'சாத்தியமில்லை. வேலைக்காரி அஞ்சரை வரை இருந்திருக் காளே!'

அப்போது ஏரோப்ளேன் சப்தம் கேட்டது.

'புரிஞ்சுருச்சு. துப்பாக்கி சப்தம் இவர் காதுக்குக் கேட்டிருக்காது. சங்கர் நேத்து ஃப்ளைட் லாண்டிங் டைம் எல்லாம் ஏர் போர்ட்டில விசாரிங்க.'

ப்ரபாகர் சுவரில் மாட்டியிருக்கும் ஆனந்த் - பாரதி போட்டோக் களைப் பார்த்தார். 'ஏம்மா, இவர் மனைவி எங்க!'

'புருசன் பெண்சாதி தனியா இருந்தாங்க. குளந்தை கெடையாது. அம்மா மெட்ராஸ் போயிருக்காங்க. அவங்க அப்பா ஊட்டுக்கு.'

'பேர் தெரியுமா?'

'பாரதிங்க. ரெண்டு பேரும் ராமர் சீதை மாதிரி அப்படிப்பட்ட ஜோடிங்க.'

ப்ரபாகர் அலமாரியில் இருந்த போன் புக் டயரியை கவனமாகப் பார்த்தார்.

'சங்கர், ஜமதக்னி வீட்டில் போய் இந்த மெட்ராஸ் நம்பருக்கு போன் போட்டு பாரதிங்கறவங்களைப் பேசச் சொல்லுங்க. நானே பேசறேன். இதை கொஞ்சம் மென்மையாக சொல்லணும்.'

2

சங்கர் ஒரு நீண்ட இரவுக்குத் தயாராகி, டீ வர வழைத்துக் குடித்துவிட்டு, 'ஆனந்த் என்ன வேலைல இருந்தார்?' என்று கேட்டார். அலமாரிப் புத்தகங்கள் பல விஞ்ஞானப் புத்தகங்களாக இருந்தன. 'Only the Paranoid Survive' என்கிற புத்தகத்தை சங்கர், ப்ரபாகர் ராவுக்குக் காட்டினார்.

ஜமதக்னி, 'டிபென்ஸ் லாப்ல சைண்டிஸ்டா இருந் தார் சார்' என்றார். 'நான் கூட அதே லாப்லதான்...'

படங்களைப் பார்த்தார். பல தருணங்களில் பல அவார்டுகள். ஆனந்தின் அறையைப் பார்த்தார். சாதனங்கள், ஆராய்ச்சிக் கட்டுரைகள், ஜர்னல்கள்.

'வீட்டிலேயே லாப் நடத்திட்டு இருந்தாரோ?'

'ஆசாமி சூட் போட்டிருக்கார் கவனிச்சியா சங்கர்?'

சங்கர், 'ஆமா சார். எங்கயோ ஃபங்ஷனுக்குக் கிளம்பிட்டிருந்திருக்கார் சார்.'

மேசைமேல் வைத்திருந்த அழைப்பிதழைப் பார்த்தார். 'ஆர்யபட்டா அவார்ட்ஸ். யூ ஆர் இன்வைட்டட்.'

ப்ரபாகர், 'இந்த ஃபங்ஷன்தான்' என்றார்.

அதில் -

The Director and the Board of Governors of DRL invite you to the Scientists award function...

'டிஆர்எல்ங்கறது என்ன?'

சங்கர், 'டிபன்ஸ் ரிசர்ச் லாப் சார்' என்றான்.

ப்ரபாகர் சங்கரிடம் தனியாக, 'இந்த ஜமதக்னி முழி சரியில்லை. கொஞ்சம் அதட்டி விசாரிச்சுருங்க. போஸ்ட் மார்ட்டம் ரிப்போர்ட்டில் இறந்த நேரம், டைம் ஆஃப் டெத் தெரிஞ்சப்புறம் அப்ப எங்கிருந்தார்னு சோதிச்சுருங்க. ஏம்பா, போட்டோ எடுத்தாச்சா? பாடியை விக்டோரியாவுக்கு அனுப்பலாமா?'

'பத்து நிமிஷம் சார்.'

இதனிடையே சங்கர் ஒரு கார்ட்லஸ் போனைக் கொண்டுவந்து கொடுத்தான். 'சார், மிஸஸ் பாரதி ஆனந்த்.'

ப்ரபாகர், 'அவங்களா கூப்ட்டாங்களா?'

சங்கர், 'இல்லை சார். நாமதான் எஸ்டிடி போட்டிருக்கோம்.'

'ஹலோ நான் ப்ரபாகர் ராவ் பேசறேன். ஹைகிரவுண்ட்ஸ் அஸிஸ்டண்ட் சூப்ரண்டெண்ட் ஆஃப் போலீஸ். ஏஎஸ்பிங்க. மிஸஸ் ஆனந்த், உங்களுக்கு நான் ஒரு துக்க செய்தியைச் சொல்றதில ரொம்ப வருத்தப்படறேன். உங்க கணவர் ஆனந்த் இறந்து போய்ட்டார். கொலைன்னு நம்பறேன். மிஸஸ் ஆனந்த், மனசைத் தேத்திக்கங்க. கூட யாராவது பெரியவரைத் துணைக்குக் கூட்டிக்கிட்டு உடனே ப்ளைட்டைப் புடிச்சு பெங்களூர் வந்திங்கன்னா... பாடியை பொறுப்பேத்துக்கணும். நாங்க அதை போஸ்ட் மார்ட்டம்க்கு அனுப்பறோம். விக்டோரியா ஆஸ்பிட்டலுக்கு. மிஸஸ் ஆனந்த், ஐம் வெரி வெரி ஸாரி. நீங்க உடனே வாங்க. உங்கப்பா இருக்காங்களா? கூப்பிடுங்க.'

காத்திருக்கும்போது, 'சே என்ன ஒரு உத்யோகம்யா! எத்தனை முறை ஏதாவது துக்கச் செய்தியைச் சொல்லவேண்டியிருக்குது பாரு. இந்த கேஸோட ரிஸைன் பண்ணிடப் போறேன் சங்கர்!' என்றார்.

'போன முறையும் அந்த காலேஜ் பொண்ணு சூய்சைடின்போது இதேதான் சொன்னீங்க.'

சென்னையில் திருவான்மியூர் பகுதியில் கடற்கரையருகில், பாரதியின் தந்தை வீட்டில் காலருகில் டாபர்மேன் படுத்திருக்க, தூரத்து அலை ஓசை கேட்க, பாரதியின் தந்தை மாலை பேப்பர் படித்துக்கொண்டிருந்தபோது டெலிபோன் உறுத்தாமல் ஒலித்தது. பாரதி அதை எடுத்தாள். நைட் கவுனில் இருந்தாள். அவள் நெற்றிப் பொட்டு சற்றே கலைந்திருந்தது தற்செயலான விஷயம்தான்.

பாரதி சற்று நேரம் மௌனமாக டெலிபோனில் ப்ரபாகர் ராவ் சொன்னதைக் கேட்டாள். அவள் அப்படியே ஸ்தம்பித்துப் போனதை அவள் தந்தை சந்திரசேகர் கவனிக்கவில்லை.

அவளைப் பார்த்தபோது திகைத்தார். ஒரு கணத்தில் அத்தனை அழகும் கலைக்கப்பட்டவள் போல அப்படியே தொய்ந்துபோய் தோள் சரிந்து, 'நோ!' என்றாள்.

'என்னம்மா?'

பாரதி பதில் சொல்லாமல் பிரவகிக்கும் கண்ணீருடன் அடக்க முடியாமல் அழுதாள். தந்தை 'என்னம்மா? என்ன ஆச்சு? எதாவது விபத்தா?' பாரதி போனை அவரிடம் கொடுத்தாள்.

'ஆனந்த்! ஆனந்த்!'

அது இன்னும் உயிருடன் இருந்தது. 'ஹலோ ஐ எம் பாரதி'ஸ் ஃபாதர் ஸ்பீக்கிங். ஹூ இஸ் இட்?'

சற்று நேரம் கேட்டார். அவர் முகத்தில் எந்தவித உணர்ச்சியும் தோன்றவில்லை. நெற்றிப் புருவம் மட்டும் பின்னிக்கொண்டு நரம்புகள் தெரிந்தன.

'ஐ ஸீ! ஐ ஸீ! ஐ வில் டெல் ஹர். பாடிய எடுத்துட்டுப் போகாதீங்க. அடுத்த ப்ளைட்டை புடிச்சுட்டு வந்துர்றோம்' என்றார்.

போனை வைத்து 'மை சைல்டு' என்று அவளைக் கட்டிக்கொண்டு அழுதார்.

இரவு பளிச் பளிச்சென்று ப்ளாஷ் போட்டோக்கள் முடிந்(த)தும் ஆனந்த் வீட்டு வாசலில் கூட்டம் குறையவில்லை. கோர் ஆப்

டிடெக்டிவ்ஸ் வேன் வந்திருந்தது. பல கோணங்களில் அவர் களும் படம் பிடித்தார்கள். ப்ரபாகர் ராவ் அலமாரியில் உள்ள பைல்களையெல்லாம் புரட்டினார். பேட்டண்ட் அப்ளிகேஷன் பார்ம் ஒன்று, பலவித ரிஸர்ச் பேப்பர்கள். புத்தகங்கள்.

'பெரிய இன்வெண்டர் போலத் தெரிகிறது' என்றார் சங்கர்.

ப்ரபாகர் ராவ் பத்திரிகைக்காரர்கள் போட்டோ எடுப்பதைப் பார்த்து, 'உயிரோட இருக்கறபோது ஒரு நாளாவது இத்தனை போட்டோ எடுத்திருப்பாங்களா, சந்தேகம்! இது என்னப்பா புதுசா இருக்கு?'

சங்கர் ஒரு சிறு பெட்டியிலிருந்து ஒரு சுருளை எடுத்து, 'மைக்ரோ ஃபிலிம்ஸ் சார்' என்றார்.

ப்ரபாகர் 'இண்ட்ரஸ்டிங்! ப்ரிண்ட் போட்டுக் கொண்டு தரச் சொல்லு. என்ன வெங்கடேஷ், எனிதிங் இண்ட்ரஸ்டிங்?'

வெங்கடேஷ் ஃபாரன்ஸிக் எக்ஸ்பர்ட், ஒரு ட்வீஸரால், சன்னல் ஓரத்தில் கிடந்த துப்பாக்கிக் குண்டை எடுத்து ப்ரபாகரிடம் காட்டினார்.

'துப்பாக்கி?'

'இங்க எங்கயும் கிடைக்கலை.'

வெளியே பேட்டை நாய்கள் அத்தனையும் குலைக்கத் தொடங்கின.

அவற்றை 'நீயெல்லாம் நாட்டி' என்பதுபோல அற்பமாகப் பார்த்துக்கொண்டு, அடர்த்தியான வால்களை ஆட்டிக்கொண்டு, போலீஸ் நாய்கள் வந்தன. முதலில் அந்த இடத்தை முகர்ந்தன.

சடசடவென்று வெளியே சென்றன.

சிறுவர்கள் சூழ ஒரு நாய் வருவதை பக்கத்து வீட்டின் சன்னலி லிருந்து ஜமதக்னி பயத்துடன் பார்த்துக் கொண்டிருந்தார்.

நாய் அவர்கள் வீட்டைச் சுற்றிச் சுற்றி வந்தது. ஜமதக்னி 'சூ சூ போ போ' என விரட்டினார். மனைவி, 'இங்க எதுக்கு வருது?' என்றாள் நடுக்கத்துடன்.

'தெரியலையே.'

'அய்யோ! உங்களை அரஸ்ட் பண்ணுவாங்களா? மூக்கை கிடுக்கியால திருகுவாங்களா?'

ஜமதக்னி, 'ஏன் அப்படி ஒரு ஆசை உனக்கு?'

'பின்னே ஏன், நாய் நம்ம வீட்டுக்கு வருது?'

'நாயைக் கேளு' என்றார்.

போலீஸ் நாய் காம்பவுண்டுக்கு உள்ளே வந்து இங்குமங்கும் சுற்றி, குழம்பிப் போக, ப்ரபாகர் ராவ் வந்து, 'மிஸ்டர் ஜமதக்னி, ஆனந்த் ஏதாவது பொருள் உங்ககிட்ட சமீபத்தில் கொடுத்தாரா?'

'இல்லை சார்.'

'நாய் உங்க வீட்டுக்குள்ள நுழையுது!'

'தெரியலை சார்.'

நாய் வெளியே சென்றது. வீட்டுக் கிணற்றில் எட்டிப் பார்த்தது.

அவர்கள் அதில் டார்ச் அடித்துப் பார்த்தார்கள். கிணற்று விளிம்பில் ஓர் ஓரத்தில் என்னவோ இருப்பதைப் பார்த்தார்கள். சங்கர், 'சார் லுக்! த கன்' என்றார்.

'இறங்குய்யா.'

கிணற்றில் எறியப்பட்ட துப்பாக்கி முழுதும் விழாமல் தப்பித்து விளிம்பின் நீட்டலில் இருந்தது. அதை இறங்கி பத்திரமாக எடுத்தார்கள்.

ப்ரபாகர் ராவ் நிதானமாக அவரைப் பார்த்தார். 'மிஸ்டர் அக்கினேனி!'

'ஜமதக்னி சார்.'

'ஏதோ ஒரு அக்னி. நீங்க ஹைகிரவுண்ட் போலீஸ் ஸ்டேஷனுக்கு வரவேண்டியிருக்கும்.'

ஜமதக்னி பயந்து, 'ஏன் சார்?' என்றார் ஹீனமாக.

ப்ரபாகர் ராவ், 'துப்பாக்கி உங்களுதா?'

ஜமதக்னி, 'அய்யோ துப்பாக்கியை லைஃப்ல தொட்டுப் பார்த்ததுகூட இல்லை சார்.'

மனைவி, 'எந்த முனையிலிருந்து அதச் சுடணும்னே அவருக்குத் தெரியாதுங்க.'

'பின்ன எப்படி உங்க வீட்டுக் கிணற்றில் இது கெடக்கு?'

'தெரியாது சார்.'

'எதுக்கும் ஸ்டேஷன் வந்தே ஆகணும் நீங்க.'

மனைவி, 'அய்யோ உங்களைத் தூக்கில போடுவாங்களா?' என்று பதறினாள்.

'பயப்படாதீங்கம்மா.'

'அவ கேக்கறதை பாருங்க சார்!'

அந்த நீண்ட இரவு ப்ரபாகர் ராவுக்கும் சங்கருக்கும் இன்னும் முடிவடையவில்லை. காலைவரை அவர்கள் வீட்டுக்குப் போகவில்லை.

மறுதினம் காலை ஒரு கணவன் இறந்ததையோ ஒரு மனைவி பதறியதையோ கடமை உணர்வுமிக்க போலீஸ் அதிகாரிகள் தூக்கம் இழந்ததையோ கவனிக்காமல் பொழுது மலர்ந்தது. பெங்களூரின் டீசல் மூச்சுக்கள் அதிகாலைத் துல்லியத்தை நாசமாக்க, ஆயிரம் ஆரன் குரல்கள் நகர மக்களுக்குப் பள்ளி யெழுச்சி பாட, ஆனந்த் வீட்டு வாசலில் பாரதியும் தந்தையும் ஆட்டோவில் வந்து இறங்கினார்கள். சந்திரசேகர் மகளை அணைத்துக்கொண்டு 'டேக் எ டீப் ப்ரெத் மை சைல்ட்' என்றார்.

பாரதி தன் நெஞ்சைப் பிடித்துக்கொண்டாள். வாசலில் தயங்கி னார்கள். பாரதியின் முகம் விகாரமாக மாறியது.

உள்ளே நுழைந்தாள். பாரதியும் ஆனந்தும் அருகருகே நிற்கும் போட்டோ அவளை வரவேற்றது. அதைப் பார்த்ததும் அவள் உணர்ச்சி பீறிட்டு அழுதாள்.

'வேண்டாம்! வேண்டாம்! நான் பார்க்கலை. பார்க்க மாட்டேன்!'

தந்தை அவளை அணைத்து சமாதானப்படுத்தினார். 'பாரதி மனசைத் தேத்திக்கம்மா...'

'நான் போய்டறேன், போய்டறேன். எதுக்கு இருக்கணும்? அவர் போனப்புறம் நான்?'

தந்தை குரல் தழுதழுக்க, 'இருக்கணும்மா. உனக்குள்ள வளர்ற குழந்தைக்காகவாவது இருக்கணும்மா...'

ப்ரபாகர் ராவ் ஜீப்பில் வந்து இறங்கினார். உள்ளே வந்து, 'மிஸஸ் ஆனந்த், ஐ எம் எக்ஸ்ட்ரீம்லி ஸாரி. இந்த துக்க சமயத்தில் உங்களைக் கேள்வி கேட்டு தொந்தரவு செய்ய விரும்பலை. நாங்க எப்ப உங்களைக் கேள்வி கேட்க வரலாம்னு சொல்லுங்க. அப்ப வரோம்.'

பாரதி தந்தையைப் பார்க்க...

'துக்கம் தணிய ரெண்டு நாளாவது ஆகும் சார்' என்றார்.

பாரதி, 'முன்னாவும் வந்துரட்டுமே' என்றாள் மெல்லிய குரலில். கண்ணாடிப் பாத்திரம் போல அபத்திரமாகத் தோன்றினாள். நல்ல உயரம். சிறிய மார்பு. இருமுறை போர்த்தியும் ரவிக்கை விளிம்பு தெரியும் சன்னமான ஷிபான் புடைவை. கன்னங்களில் கண்ணீர்ச் சுவடு. எல்லாவற்றையும் துறந்து, மறந்து அவளை அணைத்து தலையைத் தடவி ஆறுதல் தரவேண்டும் போல இருந்தது சங்கருக்கு. ப்ரபாகர் ராவ், 'முன்னா யாரு?' என்றார்.

தந்தை, 'என்னுடைய நெவ்யூ. பெங்களூரில்தான் இருக்கான்.'

3

மார்ச்சுவரியில் ஆனந்தின் உடல் மேசை மேல் வைக்கப்பட்டிருந்தது. உயிருடன் இருந்திருந்தால் தன் நிர்வாணத்துக்கு ஆட்சேபம் தெரிவித்திருப் பான். அதைப் பற்றி எவ்விதக் கவலையுமின்றி போஸ்ட்மார்ட்டம் செய்தவர் ப்ரபாகர் ராவுடன் பேசிக் கொண்டிருந்தார். 'சாயங்காலம் சுமார் ஆறு மணிக்கு இறந்திருக்கணும். பாடி டெம்பரேச்சரை வச்சு சொல்றேன். கொஞ்சம் முன்னே பின்னே இருக்கலாம். எதுக்கும் நீங்க மற்ற சந்தர்ப்ப சாட்சி யங்களையும் பார்த்துருங்க.'

ப்ரபாகர் ராவ், 'துப்பாக்கி குண்டால்தானே சாவு?' என்று கேட்டார்.

'ஆமாம். நேரா மார்புக்கு எதிரே பாயிண்ட் ப்ளான்க் ரேஞ்சில சுடப்பட்டிருக்கார்.'

'உடம்பில் ஏதும் போராட்டத்தின் அடையாளங்கள்?'

'இல்லை. முழுக்க முழுக்க சர்ப்ரைசா இருந்திருக் கணும். இல்லை தெரிஞ்சவங்க யாராவது சுட்டிருக் கணும்.'

'எப்படிச் சொல்றீங்க' என்றார் ப்ரபாகர் ராவ் சற்றே ஆச்சரியத்துடன்.

போஸ்ட்மார்ட்டம் உடலைக் காட்டி, 'உடம்பில பாருங்க. எந்தவிதமான காயமும் இல்லை. பிறந்த குழந்தை மாதிரி மழமழன்னு இருக்கார் பாருங்க. ஒரே ஒரு கன் ஷாட் காயம்.'

இப்போது ஏ.எஸ்.பி. வந்து காத்திருந்தார். ப்ரபாகர் ராவ், 'என்ன சங்கர்?'

'சார் 100 கண்ட்ரோல் ரூமிலிருந்து இந்த நோட் வந்தது. சாயங்காலம் ஆறு அஞ்சுக்கு யாரோ போன் பண்ணியிருக்காராம். ரொம்ப உயிருக்கு திணர்ற மாதிரி குரல் கேட்டுச்சாம். சிரமத்தோட 'சோமு'ன்னு ஒரே ஒரு வார்த்தை மட்டும் சொன்னாராம்.'

இருவரும் காரிடாரில் நடந்தார்கள். மனித இயக்கம் ஓயாத ஆஸ்பத்திரி. இரக்கம், கருணை, துக்கம் இவற்றையெல்லாம் தள்ளிப் போட்டுவிட்ட அசெப்டிக் இயக்கம்.

'யோவ் அழுவறதா இருந்தா மரத்தாண்டை போய் அழு. சீஃப் வர்ற நேரம்.'

ப்ரபாகர் ராவ், 'அது ஆனந்தின் குரல்னு சொல்ல முடியுமா சங்கர்? போஸ்ட் மார்ட்டம் ரிப்போர்ட்படி ஆறு மணி சுமாருக்கு செத்திருக்கலாம்னார், பாடி டெம்பரேச்சரை வச்சுக்கிட்டு.'

சங்கர், 'நான் இப்படிப் பார்த்தேன் சார். ஆறு நாலுக்கு ஒரு ப்ளேன் லாண்ட் ஆயிருக்கு. நீங்க சொன்ன ஏரோப்ளேன் சப்தம்னு வெச்சுக்கிட்டா.'

'சோமு!'

சங்கர், 'அது மட்டும் இல்லை சார். ஆனந்தோட கலீக் ஒருத்தர் பேரு டாக்டர் சோமசுந்தர்.'

ப்ரபாகர் ராவ், 'இஸ் இட்? இண்ட்ரஸ்டிங். வெரி இண்ட்ரஸ்டிங். வா, நம்ம ப்ரண்டு ஜமதக்னியை முதல்ல பார்க்கலாம்.'

ஜமதக்னியின் வீட்டில் முன் வாசலில் தாழ்வாக இருந்த அலமாரியில் செருப்புகளும் வழக்கொழிந்த செய்தித்தாள்களும் அடுக்கியிருந்தன. தரைக்கு மொசைக் போடாமல் ரெட் ஆக்ஸைடு போட்டு சிக்கனம் பண்ணியிருந்தார். எப்படியும் க்வார்ட்டர்ஸ் கிடைத்துவிடும், வாடகைக்குத்தானே விடப் போகிறோம் என்று சிக்கனமாகவே கட்டியிருந்தார்.

பணசங்கரியில் மூவாயிரம் வாடகையும் முப்பதாயிரம் அட்வான்ஸும் கேட்கலாம். கொடுப்பதற்குத் தயாராக இருக்கிறார்கள். கிணற்றில் நல்லவேளை பத்து அடியிலேயே கல்கண்டு போல நீர் வந்துவிட்டது. தென்னை மரம் அவசரமாகக் காய்க்க ஆரம்பித்துவிட்டது. ஜமாவுக்கு (செல்லப் பெயர்) வாழ்வில் எல்லாம் நிரம்பிவிட்டது என்று எண்ணிக் கொண்டிருந்தவருக்கு இந்த ஆனந்த் போய் சிக்கல் பண்ணிவிட்டார். வீடு நிரம்ப போலீஸும் நாய்களும்!

ஜமதக்னி கவலையோடு உட்கார்ந்திருக்க, மனைவி அறை வாசலில் நிலைப்படியில் நின்றுகொண்டிருக்க, உதயா டிவி ஓடிக்கொண்டிருந்தது. ப்ரபாகர் ராவ், 'டிவியை நிறுத்திடுங்க' என்றார். 'மிஸ்டர் ஜமதக்னி, நீங்கதானே போன் செய்தீங்க?'

'ஆமா சார், வேலைக்காரி ஷாமிலி அலறிக்கிட்டே வந்தா. அலறலைக் கேட்டதும் போன் செய்தேன்.'

ப்ரபாகர், 'அதாவது அவ உங்க வீட்டில் வந்து சொல்றதுக்குள்ள நீங்களே போன் பண்ணிட்டீங்க.'

ஜமதக்னி பெருமையுடன், 'ஆமா சார். என் கடமையைச் செஞ்சேன்.'

'ஆனந்த் வீட்டில் போய்ப் பார்க்காம, எப்படி ஆனந்த்தான் செத்தான்னு சொன்னீங்க?'

ஜமதக்னி சற்றே பயந்து, 'அந்த வீட்டில் அவர் ஒருத்தர்தான் இருந்தார். சம்சாரம் ஊருக்குப் போயிருந்தாளே.'

'துப்பாக்கிச் சப்தம் கேக்கலைன்னீங்க.'

'கேக்கலை.'

'வேலைக்காரி எலியைக் கண்டுகூட அலறியிருக்கலாம் இல்லையா? எப்படி ஆனந்த் செத்துப்போய்ட்டார்னு உடனே போன் பண்ணிருக்கீங்க?'

'சார், எனக்கென்னவோ அவ அலறலைக் கேட்டால் கொலை நடந்திருக்கணும்னு தோணிச்சு.'

'தோணிச்சா, இல்லை நடந்தது உங்களுக்கு முன்னமே தெரியுமா?'

ஜமதக்னி துடித்து, 'அய்யோ! என்ன சார் சொல்றீங்க!'

அப்போது மனைவி சுசீலா வலுக்கட்டாயமாகக் குறுக்கிட்டு, 'இப்படித்தான் இவர் பஞ்சதந்திரக் குரங்கு மாதிரி தானே மாட்டிப்பார் சார். நீங்க இவர் மூஞ்சியைப் பாருங்க' என்று புருசன் முகத்தை நிமிர்த்தி, 'கொலை செய்யற மூஞ்சியா இது?' என்றாள். பெரிசாக அம்மன் குங்குமம் இட்டு இரண்டு மூக்கிலும் குத்தியிருந்தாள்.

ப்ரபாகர் ராவ், 'கொலை செய்ததா யார்ம்மா சொன்னாங்க? இவருக்கு எப்படித் தெரிய வந்ததுன்னுதான் விசாரிக்கிறோம். எங்க வேலை பாக்கறீங்க?'

'ஆனந்த் ஆபீஸ்லதான். நான் ஒரு கிளார்க்கு.'

'அவருக்கு யாரும் விரோதி இருந்தாங்களா?'

ஜமதக்னி வெளிச்சம் தன்னிடமிருந்து விலகுவதில் சற்று உற்சாகப்பட்டு, 'விரோதி வைரின்னு பார்த்தா கொல்ற அளவுக்கு யாரும் இல்லை. ஆனால் இந்த சோமசுந்தர்.'

ப்ரபாகரும் சங்கரும் ஒருவரை ஒருவர் பார்த்துக்கொண்டார்கள்.

'சொல்லுங்க.'

ஜமதக்னி, 'டாக்டர் சோமசுந்தருக்கும் இவருக்கும் எப்போதுமே ரைவல்ரி. ஓப்பனா சண்டைகூட வந்தாச்சு. இவர் கண்டு பிடிச்சதை அவர் பயன்படுத்தினார்னு அவார்டு பங்ஷன்ல ஆனந்த் சொல்லிக்கிட்டு இருந்தார், எல்லா உண்மையையும் வெளிப்படுத்திரப் போறேன்னு. சோமசுந்தர், ஆனந்த் மாதிரி பிரில்லியன்ட் கிடையாது. இவருடைய ஐடியாவெல்லாம் அவர் திருடி பிஎச்.டி வாங்கினதாப் பேச்சு. அதை நான் சொன்னேன்னு சொல்லாதீங்க சார். ஆபீஸ் பாலிட்டிக்ஸ். நான் பாட்டுக்கு எதாவது உளறிட்டு.'

'டாக்டர் சோமசுந்தர்!' ப்ரபாகர் ராவின் முகம் மலர்ந்தது. சங்கர், 'அவரை சோமுன்னு கூப்பிடுவாங்களா?'

'இருக்கலாம். நாங்க எல்லாரும் டாக்டர்னுதான் கூப்பிடுவோம், மரியாதையா.'

ஜமதக்னி இப்போது மிகவும் மரியாதையாக நடத்தப்பட்டார். 'நீங்க ஏதும் கவலைப்படக் கூடாது. உங்க ஆபீஸ்ல நடந்த எல்லாத்தையும் எங்களுக்கு விவரமாச் சொன்னீங்கன்னா குற்ற வாளியைக் கண்டுபிடிக்க உபயோகமா இருக்கும்.'

சுசீலா, 'அதான் எல்லாம் சொல்லிட்டாரே.'

'பயப்படாதீங்கம்மா. உங்க கணவரை எதும் செய்ய மாட்டோம். சும்மா என்னுடைய ஆபீசுக்கு அழைச்சுட்டுப் போய் ஒண்ணு ரெண்டு கேள்விகள் கேட்டுட்டு விட்டுருவோம்.'

'இப்பவேவா?'

'இப்பவே. போலீசுக்கு நேரம் காலம் எதும் கிடையாதம்மா.'

'அவர் இன்னும் ராகி கஞ்சி சாப்பிடலியே.'

'சாப்பிடட்டும். காத்திருக்கோம்.'

சுசீலா, 'அவருக்கு ஒண்ணும் ஆபத்து இல்லைதானே,' என்றாள் கவலையுடன்.

'நீங்களே சொன்னீங்களே. இந்த மூஞ்சியைப் பாத்தா கொலை செய்யற முகமான்னு.'

ப்ரபாகர் ராவின் அலுவலகத்தில் ஜமதக்னிக்கு காப்பி பலகாரங்கள் வரவழைக்கப்பட்டன. விசிட்டர்கள் வராமல் கதவைத் தாளிட்டுக்கொண்டு சங்கரும் ப்ரபாகர் ராவும் மட்டும் அவருடன் தனியாக இருந்தார்கள்.

'வருஷா வருஷம் ஆர்யபட்டா அவார்டுன்னு கொடுப்பாங்க சார். லாப்ல அந்த வருஷத்து மிகப்பெரிய கண்டுபிடிப்புக்காக. பத்தாயிரம் ரூபாய் கேஷ். அதைவிட முக்கியமா ஒரு கேடயம், சர்ட்டிபிகேட்டு. ஆனந்தின் லாப்ல போனீங்கன்னா அலமாரி நிறைய புத்தகங்களா இருக்கும். பச்சைப் பலகையில் புரியாம சிக்கலான கணக்குகள் போட்டுக்கிட்டே இருப்பார். அவர் ஒரு மேதைன்னு எல்லாரும் பேசிக்கிட்டாங்க. இதற்கு எதிரா சோமசுந்தர் மேசை க்ளீனா இருக்கும். அவர் லாப்ல பாலிட்டிக்ஸ் பேசியே, அவனை இவனை குழாயடிச்சே ப்ரமோஷன் வாங்கிட் டார்னு எங்க எல்லாருக்குமே தெரியும். அதுவும் இந்த முறை ஆர்யபட்டா அவார்டு வாங்கியது எல்லாருக்கும் ஆச்சரியம்.

ஆனந்துக்குக் கொடுக்காம இவருக்கு எப்படி கொடுத் தாங்கன்னு.

'எனக்கு நல்லா ஞாபகம் இருக்கு. அவார்டு அறிவிச்ச தினம். ஓப்பன் ஆபீஸ் பக்கத்திலேயே இருந்ததாலே ஆனந்துடைய க்யுபிக்கிள்ள நடந்தது எல்லாம் எனக்கு தெளிவாக் கேட்டுது. சோமசுந்தர் வந்து, 'ஆனந்த், நீ மட்டும் ஏன் என்னை கங்கிராஜுலேட் பண்ணலை?'ன்னு கேட்டார். ஆனந்த் 'எதுக்கு?'ன்னார் 'இந்த வருஷம் ஆர்யபட்டா அவார்டு எனக்கு, தெரியுமில்லை'ன்னார் சோமசுந்தர். இப்படியே சொன்னார், 'Joke of the year! வருஷம் முழுக்க ரிஸர்ச்சுன்னு ஒரு துரும்பைக்கூட இந்தாண்டை நகர்த்தலை நீ. உனக்குப் போய் அவார்டா? நேரம்பா! எதுக்கு அவார்டு உனக்கு?'னு கேட்டப்ப, 'ரிமோட் பைலட்லஸ் டார்கெட் வெஹிக்கிளுக்கு'ன்னு அவர் சொன்னதுமே ஆனந்துக்கு முகமெல்லாம் வெளிறிப் போய்டுத்து. 'அடப் பாவி! அது நான் கண்டுபிடிச்சதுடா'னார். சோமசுந்தர் 'இனிஷியல் கான்செப்ட்தான் உன்னதே ஒழிய, எக்ஸிக்யூஷன் எல்லாம் என்னுதுன்னு' பொய் சொன்னார். ஆனந்த் 'நாசமாப் போனே! கடைசி ட்ராயிங் ப்ரோட்டோடைப் வரைக்கும் பண்ணது யாரு?'ன்னு கேட்டதும், 'ஓர்க் பண்ணலை யேப்பா'ன்னு கூலா பொய் சொல்றார். ஆனந்த் கடும் கோபமாகி 'To hell with you! It did work, damit'னு கத்தினார். இவர் அலட்டிக் காம, 'உணர்ச்சி வசப்படாதே. 'மேனேஜ்மெண்ட் என் ஒர்க்கை பரிசீலித்துத்தான் கொடுத்திருக்காங்க'னார். ஆனந்த் கேவலமாப் பேச ஆரம்பிச்சுட்டார். அவர் கோபம் நியாயமானதுதான் சார்.'

'என்ன சொன்னார்?' என்றார் பிரபாகர். இப்போது அந்த ஆபீசின் ரகசியங்கள் வெளிவர கொஞ்சம் தெளிவு வந்திருந்தது.

'டைரக்டர் சம்சாரத்துக்கு சானிட்டரி டவல் வாங்கிக் கொடுக்கற வன்லாம் சைன்டிஸ்ட்டு! ஆர்யபட்டா அவார்டு!'ன்னதும் சோம சுந்தருக்கும் கோபம் வந்துருச்சு. 'ஆனந்த் அத்து மீறிப் பேசறே'ன்னு எச்சரித்தார். ஆனந்த், 'நான் டைரக்டரைக் கேக்கத்தான் போறேன்'னாரு. 'உனக்கு பொறாமை'ன்னார். 'பாரு சோமசுந்தர், திறமை இல்லாதவன்தான் பொறாமைப் படுவான். நீ அவார்டு வாங்கு, எனக்குப் பொறாமை இல்லை. ஆனா என் ஐடியாவைத் திருடி வாங்கற பாரு? அது தப்பு. என் பேரையாவது ரிப்போர்ட்ல குறிப்பிட்டிருக்கியா? 'ஜமதக்னி, அவர் ரிப்போர்ட் இருக்கா ஜர்னல்ல?'னு படக்குனு என்னைப்

பார்த்துக் கேட்டார். நான் ரிப்போர்ட்டை மௌனமா கொண்டு வந்து காட்டினேன். ஆனந்த் அதை பிரித்துப் பார்த்து, 'அநியாயம்பா. உனக்கு மனச்சாட்சியே கிடையாதா? என் ரிஸர்ச் நோட் புக்லருந்து அப்படியே தட்டிட்டியே'ன்னு கத்தினார்.

'சோமசுந்தர், 'ஒரே ஐடியா ரெண்டு பேருக்கு உதயமாகாதா'ங் கறார். ஆனந்த் ரிப்போர்ட்டை மறுபடி பார்த்து, 'டைமன்ஷன் கூட மாத்தலை. இது திருட்டுப்பா'ன்னு டைரக்டர் ரூமுக்கு ஓடினார். என்னையும் கூப்பிட்டார் சாட்சிக்கு. டைரக்டர் கான்பரன்ஸ்ல இருந்தார். அவ்வளவு பேர் உக்காந்திருக்காங்க. இவர் புயல்போல நுழையறார். 'உங்களை அவசரமா பார்க் கணும். ஸம்திங் வெரி அர்ஜெண்ட்!' அப்பிடின்னார் ஆனந்த்.

'டைரக்டர் அவர்களை எல்லாம் அனுப்பிச்சுட்டார். என்னை இருக்கச் சொன்னார். ஆனந்த், 'எப்படி சார், சோமசுந்தருக்கு ஆர்யபட்டா அவார்டு கொடுக்கலாம். டிசைன் கண்டுபிடிச்சது நானு'ன்னார். டைரக்டர், 'போர்டு ரெக்கமண்டேஷன்பா. நான் என்ன செய்ய முடியும்'னார். ஆனந்த் எதிர்பாராதவிதமா ஒரு காரியம் செய்தார். அவர் லைப்லயே அப்படிச் செய்திருக்க மாட்டார். கெஞ்ச ஆரம்பிச்சுட்டார் சார்! பாவம். 'சார் உங்க ளுக்குத் தெரியாதா? இந்த லாப்ல யாரு புத்தியுள்ளவன், அறிவுள்ளவன்? யாரு குழாயடிக்கறவன்னு. சோமசுந்தர் வெறும் ஃப்ராடு. ப்ரைவேட் கம்பெனியா இருந்தா, உனக்கு ரிஸர்ச் ஒரு மண்ணும் வராதுன்னு டிஸ்மிஸ் பண்ணியிருப்பாங்க. கவர்மெண்ட்லதான் இதெல்லாம் சாத்தியம். ஆனா அவனுக்குப் போய் அவார்டு கொடுக்கறது அநியாயம் சார்'னு. பொறாமையா இல்லை சார், ஒருவிதமான righteous indignationல கெஞ்சறார். கண்ணில தண்ணி சார்!'

4

ஜமதக்னியின் வாக்குமூலத்தை அவர்கள் எழுதிக் கொள்ளவில்லை. மற்றொரு அறையில் அது பதி வாகிக் கொண்டிருந்தது. தேவைப்பட்டால் அவரிட மிருந்து ஸ்டேட்மெண்ட் வாங்கிக்கொள்ளலாம்; இப்போதைக்கு அவர் இயல்பாகப் பேசட்டும் என்று ப்ரபாகர் ராவ் விட்டிருந்தார்.

ஜமதக்னி தம்ளர் தண்ணீரை மடக்கென்று விழுங்கி விட்டு, உதட்டைத் துடைத்துக்கொண்டு தொடரு முன், 'பாக்கு இருக்குமா? பாக்கு போட்டுப் பழக்கம்.'

'என்ன பாக்கு? எதாவது பேர் இருக்கும் இல்லை?'

'மானிக்சந்த். ஆபீஸ்ல போடுவேன். என் பெண்டாட்டிகிட்ட சொல்லிடாதீங்க சார்.'

'அப்படி என்னப்பா அதில்?'

'ஜர்தா சார்' என்றார் சங்கர்.

'வாங்கிட்டு வரச் சொல்றேன், சொல்லுங்க.'

'டைரக்டர் ஆனந்த்கிட்ட என்ன சொன்னார்னா, 'பாருப்பா உனக்கு ஏன் அவார்டு கிடைக்கலைன்னு

கேக்க உரிமை இருக்கு. சோமசுந்தருக்கு ஏன் கொடுத்தீங்கன்னு கேக்க உரிமை இல்லை.'

'ஆனந்த் பளிச்சுன்னு கேட்டுட்டார்! 'ஆல்ரைட் எனக்கு ஏன் கிடைக்கலை?'

'டைரக்டர் அதுக்குச் சொன்ன காரணம் நியாயமானதாத்தான் பட்டது.

'உன்னுடைய மிதப்பு, அர்ரகன்ஸ்தான் காரணம்! உனக்குத்தான் எல்லாம் தெரியும், மற்றவருக்கு எதுவுமே தெரியாதுன்னு கர்வம். அதான் காரணம்.'

'ஆனந்த், 'கர்வமில்லை சார்! அதான் உண்மை'ன்னார்.

'பாத்தியா? லாப்ல மத்தவங்க எல்லாரும் புடுங்கிங்களா?'

'ஆனந்த், 'ஆனஸ்டா சொன்னா அதான் உண்மை. இந்த லாப்ல விஷயம் தெரிஞ்சவங்க யாரும் இல்லை, என்னைத் தவிர.'

'டைரக்டர், 'இதுக்குப் பேர்தான் ஆணவம்'னார்.

'ஆனந்த், 'உண்மைக்கு ஆணவம்னு ஒரு பேர் இருக்கா என்ன'ன்னு க்ராஸ் பண்றார் டைரக்டரை. அவர் இவருக்கு மூணு ராங்க் மேல இருக்கறவர்.

'அதான் ஆனந்துடைய அழிவுக்குக் காரணம். புத்திசாலித்தனம்! ஆனா தற்பெருமை. யாராவது அவரை கொன்னு போட்டுரு வாங்கன்னு எதிர்பார்த்தேன்.'

'தன்னம்பிக்கைன்னு சொல்லலாமில்லையா?'

'அப்படி யாரும் கவர்மெண்ட் லாப்ல ஒத்துக்க மாட்டாங்க. அங்க நிறையப் பேசணும்! குழாயடிக்கணும், நெஞ்சை நக்கணும். ஜோ ஜோ பண்ணணும்.

'ஆனந்த் விடமாட்டேங்கறார், 'சார் நான் கவுன்சிலுக்கு எழுதப் போறேன் நியாயம் கேட்டு! அவார்டு பங்ஷன்ல வந்து கலாட்டா பண்ணப் போறேன் பீஸ்ஃபுல்லா'ன்னார்.

'டைரக்டர் அவரைச் சமாதானப்படுத்தற விதத்தில், 'இந்த மாதிரி அசட்டுக் காரியம் பண்ணாம இருந்தா, அடுத்த வருஷம் உனக்கு அவார்டு வாங்கித் தரேன்'ன்னார்.

'ஆனந்த் மிகுந்த கோவத்தோடு, 'அடுத்த வருஷம்! ஆறு வருஷத்துக்கு முன்னால கிடைச்சிருக்க வேண்டியது சார்! நான் உங்களை முகஸ்துதி பண்ணலை, வீட்ல வந்து உங்க மனைவிக்கு சேவகம் பண்ணலை, டாட்டருக்கு பாடம் சொல்லித் தரலை! கிளப்ல உங்ககூட ப்ரிட்ஜ் ஆடலை... அதுக்கெல்லாம் தானே பழி தீர்த்துக்கறீங்க? சோமசுந்தர் இதெல்லாம் பண்ணிருக்கார்.'

'டைரக்டர் ரொம்ப கோபம் வந்து 'கெட் அவுட்'னார்.

'ஆனந்த் சொன்னதில் நியாயம் இருந்தது, உண்மை இருந்தது. ஆனா உண்மை பலருக்குக் கசப்பானது. ஆனந்த் எல்லாரையும் தூக்கி எறிஞ்சு பேசுவார். 'இவனுக்கு என்ன தெரியும், இவனுக்கு என்ன தெரியும்'னு வெளிப்படையாப் பேசுவார். அதனாலேயே அவருக்கு ஆபீஸில் விரோதிகள் அதிகம்! அவருக்கு சாதாரணமாக் கிடைக்கவேண்டிய ப்ரமோஷனைக் கூட குட்டிச்சுவர் பண்ணிட்டாங்க. இதைவிடக் கொடுமை, ஆனந்துக்கு சோமசுந்தரை உயர் அதிகாரியா போட்டது. லாஸ்ட் ஸ்ட்ரான்னு சொல்வாங்களே அதான்! ஒட்டகத்தின் முதுகை ஒடிச்ச கடைசி பளு! ஆனந்துக்கும் சோமசுந்தருக்கும் பகைங்கறது வெளிப்படையா வந்துடுச்சு. அவார்டு தினத்தன்று அது வெடிச்சுடுத்து. அனந்த நாராயணன்னு சோமசுந்தரத்தோட பிஏ இருக்கார். அவரைக் கேளுங்க! ரெண்டு பேருக்கும் அந்த கேபின்ல நடந்த ரோஷமான சண்டையை விவரமாச் சொல்லுவார்.'

'தாங்க்ஸ். இப்ப நீங்க சொன்னதையெல்லாம் ஸ்டேட்மெண்டா எழுதிக் கொடுத்தா கையெழுத்துப் போடுவீங்களா?'

'சொன்னது உண்மைதானே? அதிலென்ன தயக்கம்.'

'மிஸ்டர் ஜமதக்னி, ஆஃப் தி ரெகார்ட் உங்களை ஒண்ணு கேக்க விரும்பறேன். ஆனந்தை சோமசுந்தர் கொலை செய்திருப்பாரா?'

'ஆபீஸ்ல அப்படித்தான் பேச்சு! அவார்டு பங்ஷனுக்கு லேட்டா வந்தார். ரெண்டு பேருக்கும் விரோதம், பகை இருந்திருக்கு. பாஸ்ங்கற முறையில் ஆனந்த் அவருக்குச் சரியாவே மரியாதை கொடுக்கலை! எத்தனையோ காரணம் இருக்கு. அது கொலை பண்ணும் அளவுக்குப் போச்சாங்கறது நீங்க கண்டுபிடிக்க வேண்டியது.'

'நல்ல பதில்.'

'ஆனந்த் இறந்துபோன அன்னிக்கு பிற்பகல் டாக்டர் சோமசுந்தர் கார் அவர் வீட்டு வாசல்ல நின்னுகிட்டு இருந்தது.'

ப்ரபாகர் ராவ் 'எத்தனை மணி இருக்கும்?' என்றார்.

'இரண்டு மணி! ஆனா பாருங்க சார், ரெண்டு பேருக்குள்ள அந்த தினத்தில நடந்ததை முழு விவரமும் தெரிஞ்சாத்தான் சொல்ல முடியும்! அது அனந்த நாராயணனுக்குத்தான் தெரியும்.'

அனந்த நாராயணன் முகத்தை அடிக்கடி துடைத்துக் கொண்டார்.

'எனக்கு எதுவுமே தெரியாது சார்! ஐ எம் ஒன்லி ஆர்டினரி நான்-கெஜட்டட் பிஏ.'

'பயப்படாதீங்க அனந்த நாராயணன். பேர் ரொம்பப் பெரிசா இருக்கு. அனந்த்ன்னு கூப்பிடலாமா?'

'என்ன வேணா கூப்பிடுங்க! என்னை போலீஸ், கொலை, வெட்டு பழி, குத்துப்பழி, கோர்ட்டுன்னு மாட்டிவிடாம இருந்தாச் சரி! எங்க அப்பா சஷ்டியப்தபூர்த்திக்கு நான் கொச்சின் போயே ஆகணும்.'

'நாங்க கேக்கற ஒண்ணு ரெண்டு கேள்விக்கு பதில் சொல்லிட்டு எங்க வேணா போங்க சார்.'

கனமான மலையாள உச்சரிப்பில் அனந்த நாராயணன் வாழ்வு முழுவதும் எச்பி பென்சிலில் டிக்டேஷன் எழுதி, இப்போது தான் வேர்ட்ஸ்டாரின் அரண்மனை ரகசியங்களைக் கண்டு பிடித்துக்கொண்டிருக்கிறார். அவருக்கு வாழ்க்கையில் மிக முக்கியம் குருவாயூர் கிருஷ்ணனும் பையனின் ஐஐடி அட்மிஷனும்தான். இவரே ஒரு பிரிலியண்ட் டுட்டோரியல் நடத்தும் அளவுக்கு அத்தனை ஐஐடி ஜேஈஈ நுழைவுத் தேர்வு பற்றிப் படித்துவிட்டார். பையனுடன் சேர்ந்துகொண்டு கடந்த பத்து வருடங்களின் அத்தனை பேப்பர்களையும் அவரே விடு வித்து, கரைத்துக் குடித்துவிட்டார். வயதை நிராகரித்து இப்போது அவரைப் பரீட்சை எழுத விட்டால் ஆல் இண்டியா முதல் ராங்க் வாங்கி விடுவார். எப்போதும் நெற்றியில் ஒரு சந்தன - குங்கும - விபூதிப் பொட்டு. தினம் ஒரு வேளைதான் சாயா.

‘எனக்கு ஒண்ணும் ஆகாதே.’

‘ஆகாது, ஆகாது.’

‘ஆனந்த் அன்னிக்கு லேசா தண்ணி போட்டிருந்தார்னு நினைக்கிறேன். தள்ளாடிட்டுதான் வந்தார்.’

‘என்னிக்கு?’

‘அவார்டு தினத்தின்போது காலைல, ‘டாக்டர் சோமசுந்தர் உனக்கு ஆர்யபட்டா அவார்டு கொடுக்கற ஃபங்ஷன்போது உங்க குட்டை வெளிப்படுத்தத்தான் போறேன். இந்தக் கண்டு பிடிப்பைப் பற்றி ஒரு அட்சரம் தெரியாத ஆளு நீங்கன்னு ப்ரஸ், டி.வி., பொதுமக்கள் எல்லார்கிட்டயும் சொல்லப்போறேன்! என்னைப் பத்தி தெரியாது உனக்கு’ன்னு பயம் காட்டினார். சோமசுந்தர் ‘போடா, என்னைப் பத்தியும் உனக்குத் தெரியாது. முட்டாள்தனமாக ஏதும் செய்யாதே! அப்படி ஏதாவது செய்தே, உனக்கு நேரப் போறதுக்கு நீதான் பொறுப்பு.’

‘அதே வார்த்தைகள்ல சொன்னாரா?’

‘ஆமாம்! ஆனந்த், ‘என்ன செய்வே? என்னடா செய்வே? கொன்னுடுவியா? என்னைக் கொன்னாலும் உண்மை அழியாது’ன்னார்.

‘சோமசுந்தர், ‘என்ன? டாவா? நான் உனக்கு பாஸ் தெரியுமா?’ன்னார். இப்படிப் போவுது சண்டை.

‘எனக்கு பாஸா இருக்க இந்த ஆபீஸ்ல யாருக்கும் தகுதி இல்லை! பாரு சோமசுந்தர்! ப்ரமோஷன்ல என்னை சுப்பர்ஸீடு பண்ணாங்க. அது தப்பு. அதுகூட என் மனசைப் புண்படுத்தலை! ஆனா ஐடியாவைத் திருடறது குழந்தையை திருடறாப்பலப்பா! நான் உன் குட்டை ஃபங்ஷன்ல வெளிப்படுத்தியாகணும்’னார்.

‘சோமசுந்தர், ‘நீ மட்டும் ஃபங்ஷன்ல வந்து ஏதாவது கலாட்டா பண்ணே! உன்னைக் கொன்னுடுவேன்’னார். அப்படியே சொன்னார்.’

ப்ரபாகர் ராவ், ‘மிஸ்டர் ஆனந்த், நீங்க சொல்றது மிக முக்கியமான விஷயம். சோமசுந்தர் ஆனந்தை ஃபங்ஷன்ல வந்து கலாட்டா செய்தா கொன்னுடுவேன்னு சொன்னதை நீங்க கேட்டீங்களா?’

‘ஆமாம்.’

‘இதே வார்த்தையைப் பயன்படுத்தினாரா - கொன்னுடுவேன்.’

‘ஆமாம்.’

‘இதை கோர்ட்ல சாட்சி சொல்வீங்களா?’

‘அ... ஆனா, என் பையன் எண்டரன்ஸ் எக்ஸாம் ஆனப்புறம்... என்ன பயம்? நடந்ததைச் சொல்றேன்.’

ப்ரபாகர் ராவ் சுறுசுறுப்படைந்தார். கேஸ் இவ்வளவு சீக்கிரம் முடிவடையும் என்று அவர் எதிர்பார்க்கவில்லை.

‘ஃபங்ஷன்ல என்ன ஆச்சு?’

‘சோமசுந்தர் லேட்டா வந்தார். மைக்ல ரெண்டு மூணு தடவை கூப்பிட்டப்புறம்தான் வந்தார்.’

‘தாங்க்ஸ்! நாங்க உங்களை அப்புறம் வந்து பார்க்கறோம்.’

அனுமந்த நகரில் அந்த வீட்டை விட்டு வெளியே வரும்போது மார்வாரி கல்யாணத்துக்கு பட்டாசு விட்டுக் கொண்டிருந் தார்கள்.

‘சரியான சகுனம் சார்! செலிப்ரேஷன்தான். கேஸ் இஸ் ஓவர்’ என்றார் சங்கர்.

‘என்ன நடந்திருக்கும்ங்கறீங்க.’

‘ஃபங்ஷன் ஆரம்பிக்கறதுக்கு முந்தி சோமசுந்தர் மெல்ல நழுவியிருக்கலாம். விதான் சௌதாவிலிருந்து ஆனந்த் வீடு கால் மணி தூரம்கூட இல்லை. அங்க போய் ஆனந்தைக் கொன் னுட்டுத் திரும்ப வந்திருக்கலாம்.’

‘அப்படியா’ ப்ரபாகர் ராவின் மனத்தில் அந்தக் காட்சி விரிந்தது. ‘டோண்ட் சோமு, டோண்ட் சோமு!’

சங்கர், ‘சார், ஆனந்த் இறந்துபோறதுக்கு முந்தி ‘சோமு’ன்னு சொன்னது?’

‘சோமசுந்தராத்தான் இருக்கணும்.’

'கேஸ் முடிஞ்சு போச்சு! ஓப்பன் அண்ட் ஷட்! நேராப் போய் சோமசுந்தரத்தை அரஸ்ட் பண்ணி லாக் அப்ல வெச்சி கேள்வி கேட்டுரலாம். க்ளோஸ் பண்ணிரலாம்!'

ப்ரபாகர் ராவ், 'நாட் ஸோ ஃபாஸ்ட் சங்கர்! சோமசுந்தரம் பெரிய சைன்டிஸ்ட். சந்தர்ப்ப சாட்சியத்தை வெச்சி அரஸ்ட் பண்ண முடியாது. கான்க்ரீட்டா எவிடன்ஸ் வேணும். அவரை முதல்ல சந்திக்கலாம்.'

ப்ரபாகர் ராவ் சொன்னார்: 'மேலும் என் நண்பர் கணேஷ் அடிக் கடிச் சொல்வார்... 'மிஸ்ட்ரஸ்ட் தி ஆப்வியஸ்'னு. வெளிப் படையாத் தெரியறதை நம்பாதேன்னு. வா, சோமுவை சந்திக்கலாம்.'

5

ப்ரபாகர் ராவும் சங்கரும் சோமசுந்தரின் அறையில் நுழைந்தபோது அவர் போன் பேசிக்கொண்டிருந் தார். மேசை மேல் அவர் பெயர் ப்ளாஸ்டிக் நீள் சதுரத்தில் எழுதியிருந்தது, 'டாக்டர் சோமசுந்தர்.'

அதன் கீழ் 'என் நேரமும் உங்கள் நேரமும் பொன் னானது.'

மேசையில் மலர்க் கொத்துக்களும் ஏராளமான வாழ்த்து அட்டைகளும் நிரம்பியிருந்தன. வீட்டி லிருந்து வந்த டிபன் பாக்ஸ் காத்திருந்தது. அருகே பச்சைத் திரை அமைத்து, அதன் மறைவில் வாஷ் பேசினும் ஆசுவாச இருக்கையும் இருந்தன. சோம சுந்தருக்கு வயது ஐம்பது இருக்கலாம். சற்றே வழுக்கை. ஆனால் வசீகரமான முகம். ரிம் இல்லாத கண்ணாடி அணிந்து, சொந்தப் புகழுக்காக, பதவிக் காக எதையும் செய்யக்கூடியவர் என்பது தோற்றத் தில் எப்படியோ தெரிந்தது.

'அவருக்குக் கிடைத்த அவார்டு ஆனந்துக்குக் கிடைத்திருக்க வேண்டியது' என்று ஜமதக்னி சொன்னது ப்ரபாகர் ராவுக்கு ஞாபகம் வந்தது.

சோமசுந்தர் போனில் 'தாங்ஸ்ப்பா தாங்க்ஸ்! எல்லாம் உங்க மாதிரி நண்பர்களுடைய

நல்லாசிகளால்தான். என் அப்பன் முருகன் கிருபையினாலயும்... சரி சரி திறமைன்னு ஒண்ணு இருக்கு. ஆனா திறமை மட்டும் போதாதே.'

ப்ரபாகர் ராவ் சுற்றும் முற்றும் பார்த்தார். பீரோ நிறைய கேடயங்கள், பலவித போட்டோக்கள், ஆர்யபட்டா அவார்டு போட்டோ மேசைமேல் பெரிதுபடுத்திக் கிடந்தது.

சோமசுந்தர் போனை வைத்துவிட்டு 'எஸ், வாட் கன் ஐ டு ஃபர் யூ ஜென்டில்மென்?' என்றார். குரலில் அதட்டல் இருந்தது.

'ஐம் ப்ரபாகர் ராவ். ஸி.ஓ.டி.யில் எஸ்.பி. இவர் சங்கர். என் அஸிஸ்டெண்ட்.'

சோமசுந்தர், 'இப்ப கொஞ்சம் பிசியா இருக்கேன். இஃப் யு டோண்ட் மைண்ட். கொஞ்சம் சாவகாசமா வந்திங்கன்னா... கஸ்டம்ஸ் க்ளியரன்ஸ் ஆஃப் க்ரையோஜனிக் வெஸல்ஸ் கேஸ்தானே?'

மீண்டும் போன் ஒலிக்க, அதை எடுத்துக் கேட்டுப் புன்னகைத்து 'அலோ தாங்க்ஸ் மாலினி, எனக்கே சர்ப்ரைஸ்தான். மாலு, வீ மஸ்ட் மீட். எப்ப சொல்லு. கார் அனுப்பறேன்.'

ப்ரபாகர் ராவ் தொடர்ந்து, 'இல்லை சார். இது மர்டர்' என்றார் நிதானமாக. சோமசுந்தர் போனைப் பொத்தி, 'மர்டரா... மாலு அப்புறம் பேசறேன்.'

'உங்க கலீக் டாக்டர் ஆனந்த் நேற்று சாயங்காலம் சுட்டுக் கொல்லப்பட்டிருக்கிறார்.'

'ஓ மை காட்!'

ப்ரபாகர், 'தெரியாது? உங்களுக்குத் தெரியாது? ஆச்சரியமா இருக்கே.'

சோமசுந்தர், 'தெரியவே தெரியாது. இப்பத்தான் நான் ஆபீஸ் வரேன். நேற்று அவார்ட் ஃபங்ஷன். பார்ட்டிக்கு ஆனந்த் ஏன் வரலைன்னு பார்த்தேன். என்ன ஆச்சு சார், ஏதாவது திருட்டா?'

'இல்லை.'

சோமசுந்தர், 'கேளுங்க. என்ன வேணாக் கேளுங்க. எனக்குத் தெரிஞ்ச உண்மையைச் சொல்றேன்.'

ப்ரபாகர், 'எளிதான கேள்வி. நேற்று சாயங்காலம் சுமார் ஆறு மணிக்கு நீங்க எங்க இருந்தீங்க?'

கைகளைக் கவனித்தார். முகத்தை கவனித்தார். எந்தவிதச் சலனமும் இல்லை.

இவன் எத்தன்!

'ஆயிரம் பேர் முன்னால ஆர்யபட்டா அவார்டு ஃபங்ஷன்ல.'

சங்கர், 'லேட்டா வந்தீங்களாம்?' என்றார்.

சோமசுந்தர் அவரைப் பார்க்காமல் 'யார் சொன்னது?'

ப்ரபாகர், 'ஜமதக்னி. உங்களை திரும்பத் திரும்ப ஸ்டேஜ்ல கூப்பிட்டாங்களாம். லேட்டாத்தான் வந்தீங்களாம்.'

சோமசுந்தர், 'ஓ அதுவா? பாத்ரூம் போயிருந்தேன். நான் ஒரு டயபட்டிக். ப்ளட் செக் ரிப்போர்ட் காட்டட்டுமா' என்று சிரித்தார்.

'டாக்டர் சோமசுந்தர், இது சிரிக்கிற மேட்டர் இல்லை. கொலை, மர்டர். உங்க கலீக் ஒருத்தர் சுட்டுக் கொல்லப்பட்டிருக்கிறார். அவருக்கும் உங்களுக்கும் அதிகம் நட்பு இல்லை. ரெண்டு பேருக்கும் பொறாமை மிகுதியா இருந்திருக்கு. ரெண்டு பேரும் அதிகம் பேசிக்கறது இல்லை. நீங்கள் அவரை பயமுறுத்தியது, எல்லாமே எங்களுக்குத் தெரியும்.'

'யார் சொன்னது? ஜமதக்னியா.'

'ஆமா.'

சோமசுந்தர் நெற்றியைச் சுருக்கிக்கொண்டு, 'அவனை நம்பாதீங்க. அவன் என் லாப் அசிஸ்டெண்டா இருந்தவன். என்னைக் கண்டால் ஆகாது. டிசிப்ளினரி ஆக்ஷன் எடுத்து அவன் இன்க்ரிமெண்ட் கட் பண்ணிருக்கேன். ப்ரமோஷன் கொடுக்கலைன்னு என்மேல் அவனுக்கு வெறுப்பு. அதனால் அவன் சொன்னது எதையும் நம்பாதீங்க. எனக்கும் ஆனந்துக்கும் ரைவல்ரி இருந்தது உண்மைதான். ஹெல்த்தி ரைவல்ரி. ஆனா இந்த அவார்டுக்கும் ஆனந்துக்கும் சம்பந்தமே இல்லை. அது அவனைக் கொல்ற அளவு இருந்ததுன்னு சொன்னா அதைப் போல அபத்தமானது இருக்க முடியாது. ஜமதக்னி சொல்றதை வெச்சுகிட்டு...'

ப்ரபாகர், ‘ஜமதக்னி மட்டும் இல்லை. இறந்து போன டாக்டர் ஆனந்த் கூட 100 டயல் பண்ணி உங்க பேரைச் சொல்லியிருக் கிறார்.’

சோமசுந்தர் திடுக்கிட்டு, ‘மை காட்’ என்றார். இப்போது அவர் சற்றே நிலை குலைந்தார்.

ப்ரபாகர், ‘அவர் இறப்பதற்கு முன்னால் திரும்பத் திரும்பச் சொன்ன ஒரே ஒரு வார்த்தை உங்க பேரு.’

‘சோமசுந்தர்னா?’

‘சோமுன்னு.’

‘சோமுவா, சோனுவா?’

‘சோமு.’

சோமசுந்தர் நெற்றியைத் துடைத்துக்கொண்டு ஆசுவாசப் படுத்திக்கொண்டார். ‘அப்பாடா! என்னை யாரும் ‘சோமு’ன்னு சின்னப்பிள்ளையிலயிருந்துகூட கூப்பிட்டது கிடையாது. எல்லாரும் சுந்தர்னுதான் கூப்பிடுவாங்க. போன்ல சரியாக் கேட்டிருக்காது. ஆனந்த் ‘சோனு’ன்னு சொல்லியிருக்கிறது சோமுன்னு காதில விழுந்திருக்கும்.’

ப்ரபாகர், ‘சோனு. யாரு சோனு?’

‘சோனுன்னு ஆனந்துடைய ஆராய்ச்சிக்கு உதவின பொண்ணு. முழுப்பெயர் சோனல்லோ சோனாலியா.’

ப்ரபாகர் ராவும் சங்கரும் ஒருவரை ஒருவர் பார்த்துக்கொண் டார்கள்.

‘சோனு!’

சோமசுந்தர், ‘அழகான பொண்ணு. டாக்டர் ஆனந்துக்கும் அவளுக்கும் ஒரு... ஒரு அதை என்ன சொல்றது ‘லவ் ஹேட்’ ரிலேஷன்ஷிப். ஆனந்த் பாரதியைக் கல்யாணம் பண்ணிக் கிட்டப்ப ரொம்ப மனசு உடைஞ்சு அப்செட் ஆயி ரிசைன் பண்ணிட்டுப் போய்ட்டா.’

ப்ரபாகர் ராவ், ‘பாரதி?’

சங்கர், 'மனைவி சார்' என்றார்.

'ஆமா, ரெண்டு பேருக்கும் ஒருவிதமான போட்டி இருந்தது. எல்லாரும் ஆனந்த் சோனுவைத்தான் கல்யாணம் செய்துக்கப் போறார்ன்னு எதிர்பார்த்தோம்.'

'இப்ப எங்க இருக்காங்க?'

'தெரியலை. அட்மின்ல கேட்டுப் பாருங்க. அரியர்ஸல்லாம் வரலைன்னு ஒருமுறை போன் பண்ணியிருந்தா. அப்ப விசாரிச்ச போது இகபானோவா, டான்ஸோ ஏதோ சொல்லித் தரதா சொன்னா. சரியா ஞாபகமில்லை.'

'டாக்டர் சோமசுந்தர், உங்களுக்கு நிஜமாகவே ஆனந்த் இறந்து போனது பற்றித் தெரியாதா?'

'தெரியாதுதான்' என்றார். இப்போது சற்றுத் தயக்கம்.

'உங்ககிட்ட யாரும் வந்து விவரத்தைச் சொல்லலை?'

'இல்லை.'

'ஏன் சார் புளுகுறீங்க. நாங்க உங்க அறைக்கு வர்றப்ப மாடிப்படி அருகில் நோட்டீஸ் போர்டில் ஆனந்த் போட்டோ கருப்பு பார்டர்ல பெரிசா வெச்சு மாலை போட்டு தோற்றம் மறைவெல்லாம் எழுதி இரங்கல் செய்தி போட்டிருந்ததே?'

'நான் சரியாக் கவனிக்கலை.'

'பொய்! வேற ஏதாவது காரணம் சொல்லுங்க.'

டாக்டர் சோமசுந்தர் யோசித்தார். அவர் கைகள் நடுங்கின.

'கன் ஐ ஸ்மோக்?'

'தாராளமா! இது உங்க ஆபீஸ்.'

மூன்று முறை பற்றவில்லை. படபடப்பாக இருந்தார். நெற்றியில் வியர்வை தெரிந்தது.

'சொல்லுங்க.'

'உண்மையைச் சொல்லிடறேன். ஆனந்த் இறந்துபோனது காலைல தெரியும்.'

‘பின்ன ஏன் எங்ககிட்ட தெரியவே தெரியாதுன்னு சொன்னீங்க?’

‘அப்படியா சொன்னேன்?’

‘அப்படித்தான் சொன்னீங்க.’

‘ஒரு வேளை ஸ்பான்டேனியஸ் ரியாக்‌ஷனா இருக்கலாம். உங்களைப் பார்த்த நெர்வஸ்னஸ்ஸா இருக்கலாம்.’

‘இது சரியான பதில் இல்லை. கமான்! கம் கிளீன். நீங்க சம்பவம் நடந்த மதியம் ஆனந்த் வீட்டுக்கு போனத விட்னஸ் பாத்திருக் காங்க.’

‘யாரு ஜமதக்னியா? தட் ராஸ்கல்.’

‘நீங்க போனது உங்களுக்கே தெரியாதா?’

‘எப்ப சொல்றீங்க, என்ன தேதி?’

‘சம்பவ தினம்!’

‘ஓ அதுவா! அது வந்து, அது வந்து, ஆனந்த் என்மேல கோபமா இருந்ததால அவனைத் தனிப்பட்ட முறையில் சமாதானப்படுத்தி விழாவுக்கு அழைக்கறதுக்குத்தான் போயிருந்தேன். அது தப்பா? அதுவும் முதநாள் சாயங்காலம்.’

‘இல்லை. கொலை நடந்த நாள்தான் போயிருக்கீங்க!’

‘அதனாலதான் லேட்டா விழாவுக்கு வந்தீங்களா?’ என்றார் சங்கர் திடீர் என்று.

‘இல்ல்லை சார். ஐயோ பாத்ரூம் போயிருந்தேன்னு சொன்னேனே.’

‘ஆனந்த் வீட்டுக்கும் உங்க லாபுக்கும் கார்ல போனா பத்து நிமிஷத்தில போயிடலாம். அப்டித்தானே?’

‘அய்யோ என்ன சார்!’

‘பின்ன, உண்மையா நடந்தது என்னன்னு சொல்லுங்க. அவரை நீங்க பயமுறுத்தினீங்களா இல்லையா?’

‘ஆனந்த் சிறுபிள்ளைத்தனமா விழாவில் வந்து சத்தம் போடப் போறேன்னு சொன்னதால் பயமுறுத்தினேன் சார். என்னடா இது

வம்பா போச்சு. சார், நான் ஆனந்தைக் கொல்லலை. அண்டர்ஸ்டாண்டு?'

'அப்படின்னு நீங்க சொல்றீங்க. உங்ககிட்ட கன் இருக்கா? இருந்ததா? பாயிண்ட் திரி எய்ட் வால்த்தர்?'

'அய்யோ, நீங்க தப்பான இடத்துக்கு வந்திருக்கீங்க.'

'இல்லை.'

மடக்கென்று மினரல் வாட்டர் பாட்டிலிலிருந்து தண்ணீர் குடித்தார். உதட்டைத் துடைத்துக்கொண்டு, 'சரி, இப்ப என்ன பண்ணப் போறீங்க. அரெஸ்ட் பண்ணப் போறீங்களா?'

'எங்ககூட வரவேண்டியிருக்கும்.'

'எங்க?'

'கமிஷனர் ஆபீசுக்கு. அங்க உங்களை விவரமாக் கேள்வி கேக்கணும்.'

'நான் வரமாட்டேன்னு சொன்னா என்ன செய்வீங்க?'

'சொல்ல முடியாது.'

'எனக்கு லாயரை கன்சல்ட் பண்ணணும்.'

'பண்ணுங்க, காத்திருக்கோம்.'

அவர் போனை எடுத்து டயல் செய்து நம்பர் கிடைக்காது, அதைத் தூக்கி எறிந்தார்.

மற்றொரு சிகரெட் பற்றவைத்து இழுத்தார். யோசித்தார். சட்டென்று அவர் முகம் பிரகாசமாகியது. 'வெயிட் எ மினிட். துப்பாக்கினா சொன்னீங்க?'

'ஆமாம்.'

'சோனாலி எங்கிட்ட ஒரு துப்பாக்கி வாங்கறதைப் பத்தி ஒரு முறை பேசிருக்கா.'

6

'அந்தப் பொண்ணு உங்ககிட்டே துப்பாக்கி கேட்டாளா, என்ன சொல்றீங்க டாக்டர்?'

'அய்யய்யோ! எங்கிட்ட துப்பாக்கி கேக்கலை, துப்பாக்கி எங்க கிடைக்கும்னு கேட்டா.'

'சொன்னீங்களா?'

'சொன்னேன். ப்ரிகேடு ரோடில பெங்களூர் ஆர்மரி கடையில் கிடைக்கும்.'

'டாக்டர், நாங்க போய் வரோம். அதுக்கு முந்தி உங்க குடும்பத்தைப் பத்தித் தெரிஞ்சுக்கலாமா?'

'மனைவி, மகன், உடல் ஊனமான ஒரு மகள். என்னை அரஸ்ட் பண்ணுவீங்களா? யோசிச்சுப் பாருங்க. ஆனந்தைக் கொல்றதால எனக்கு என்ன லாபம் இருக்க முடியும்? பணமா காசா...'

'பதவி.'

'அரஸ்ட் பண்றதா இருந்தா ஒரு டூத் பிரஷ் எடுத்து வெச்சுக்கவாவது அனுமதிப்பீங்களா?'

'ப்ரபாகர் ராவ் அவருடைய கேலியை பொருட்படுத் தாமல், 'அரஸ்ட் பண்ணுவோம்னு எப்படி நினைக் கிறீங்க?'

‘நீங்க கேக்கற கேள்விகள் அப்படி இருக்கே.’

‘பாருங்க டாக்டர். போலீசைப் பொருத்தவரையில் எல்லாரும் சந்தேகத்துக்கு உரியவர்கள்.’

ஒரு சிப்பந்தி தேநீர்க் கோப்பைகளைக் கொண்டுவந்து வைக்க, ‘இந்த ஆசாமி உட்பட’ என்றார்.

சங்கர், ‘உங்க வீட்டு அட்ரஸ் கொடுக்கறீங்களா?’

‘தாராளமா.’

சோமசுந்தரின் அறையை விட்டு வெளியே வந்தபோது ப்ரபாகர் ராவ் தன் அசிஸ்டண்ட் சங்கரைப் பரிசோதித்தார்.

‘என்ன நினைக்கிறே? உன் போலீஸ் மூளை என்ன சொல்லுது?’

‘இவன்தான் சார்! அரஸ்ட் பண்ணிட்டு விளக்கடியில் நாலு கேள்வி கேட்டா ஒப்புத்துக்கிடுவான்.’

‘எனக்கென்னவோ இவன் செய்திருக்க மாட்டான்னு தோணுது.’

‘என்ன சார், சோமுங்கற பேரு, அவங்களுக்குள்ள சண்டை, போட்டி, பயமுறுத்தல். வேற என்ன வேணும்?’

‘காரணம் பத்தாது சங்கர். மேலும் அவருடைய பாடி லாங்வேஜ் பாத்தல்ல. ஒரு பயம்தான் இருந்ததே ஒழிய குற்ற உணர்ச்சி தெரியலை.’

‘அப்ப இந்தாளைக் கைது பண்ண வேண்டாமா?’

‘வேண்டாம். முதல்ல இவருக்கு சோமுன்னு சுருக்கமா பெயர் உண்டான்னு விசாரிக்கணும். இவரைக் கண்காணிப்பில் வெச்சுக்கலாம். வீட்டை விட்டு, நகரத்தைவிட்டு எங்கயாவது கிளம்பறாரான்னு.’

‘நாட்டை விட்டுப் போய்ட்டார்னா?’

‘போக மாட்டார். அதுக்குத்தான் குடும்பத்தை விசாரிச்சேன்.’

ப்ரிகேடு ரோடில் இரைச்சலாக இளைஞர்கள் ஆடிக் கொண் டிருந்த வீடியோ பார்லரின் அருகில் இருந்தது, அந்தத் துப்பாக்கிக் கடை. பெரும்பாலும் காலியாக இருந்த

அலமாரிகள். இருட்டு கொஞ்சம். *1938* வாசனை. கறுப்பு கோட்டும் சின்ன முடிச்சு கொண்ட ஒல்லியான டையும் அணிந்த ஒரு கிழவர் ஏற்கெனவே சுருங்கியிருந்த நெற்றியை இன்னமும் சுருக்கிக்கொண்டு, 'எஸ்?' என்றார். லேசாக பார்கின்ஸன்.

சங்கர், 'வி ஆர் ஃப்ரம் தி போலீஸ். ஒரு துப்பாக்கியைப் பற்றி விசாரிக்க வந்தோம்.'

'இப்போது நாங்கள் துப்பாக்கி விற்பதில்லை. ப்ரிகேடு ரோடில் செருப்பு விற்கும், கேக் விற்கும், துணிமணி சாமான்கள் விற்கும். துப்பாக்கி விற்காது. மேலும் லைசென்ஸ் கெடுபிடிகள் அதிகம். ஏதோ கார்ட்ரிட்ஜ் பெட்டிகள், கார்டைட் போன்றவைதான் விற்கிறோம். அதிக லாபமில்லை. இழுத்து மூடப் போகிறோம். உங்களுக்கு என்ன துப்பாக்கி வேண்டும்?'

'நாங்கள் துப்பாக்கி வாங்க வரவில்லை' என்றார் சங்கர்.

'பின்?'

'சமீபத்தில் நீங்கள் ஒரு வால்த்தர் பாயிண்ட் த்ரீ எய்ட் விற்றீர் களா?'

'விற்றிருக்கலாம்.'

'எப்போது யாருக்கு விற்றீர்கள் என்று பதிவேட்டில் பார்த்துச் சொல்ல முடியுமா?'

'அதில் எனக்கு ஏதும் சிக்கல் இல்லையே?'

'இருக்காது. அப்படி இருந்தாலும் இந்த விவரத்தை போலீசுக்குத் தருவதில் நீங்கள் தயங்கக் கூடாது.'

'என்ன விஷயம்?'

'ஒரு கொலைக் குற்றத்தை விசாரித்து வருகிறோம்.'

கிழவரின் கைகள் இன்னும் லொடலொடவென்று ஆட ஆரம் பித்தன.

'முதலாளி வந்து விடட்டுமே' என்றார். போனை எடுத்து நம்பரைச் சுழற்றி குஜராத்தி போன்ற மொழியில் ஏதோ பேசினார்.

போனை வைத்துவிட்டு உள்ளே மெல்ல மெல்ல நடந்து, ஒரு பெரிய பதிவேட்டை எடுத்துக்கொண்டு வந்தார்.

'ஒரு வருஷம் நாங்கள் விற்ற அத்தனை கைத் துப்பாக்கிகளின் விவரம் இருக்கிறது. என்ன மாடல்?'

'வால்த்தர்.'

'மொத்தம் மூன்று விற்றிருக்கிறோம்.'

'சோனாலி என்கிற பெயர் இருக்கிறதா?'

அவர் நீண்ட விரலில் எச்சில் தொட்டு, பக்கம் பக்கமாகப் புரட்டி, அரைக் கண்ணாடி மாட்டிக்கொண்டு தேடி... 'இருக்கிறது' என்றார்.

'விலாசம் இருக்கிறதா?'

'விலாசம் கொடுக்காமல் விற்க மாட்டோம். ஆனால் உண்மை யான விலாசம் என்று உத்தரவாதம் இல்லை.'

சோனாலி அன்று நாட்டிய வகுப்பை ரத்து செய்துவிட்டாள்.

'என்ன மிஸ், உடம்பு சரியில்லையா?' என்று கவிதா கேட்டாள்.

'இல்லை கவிதா. மூடு சரியில்லை.' மேசை மேல் 'பிரபல விஞ்ஞானி மரணம்' என்று 'சஞ்சய் வாணி' அலறியது. அதன் மேல் சலங்கை வைத்திருந்தது. சுவரில் போட்டோவில் ஹெக்டே இளம் சோனாலிக்குப் பரிசளித்துக்கொண்டிருந்தார். அருகே மற்றொரு போட்டோ. மேக்கே தாட்டு பிக்னிக் போயிருந்த போது அவனருகில் ஒட்டிக்கொண்டு எடுத்தது. ஆனந்த்!

சோனாலி பெருமூச்சு விட்டாள். இறந்தவன் முகம் திரும்பத் திரும்ப மனத்தில் ததும்பியது.

அந்த போட்டோவை எடுத்து அலமாரியில் கவிழ்த்து வைத்தாள். எண்ணத் தொடர்கள் பின்னிப் பிணைந்தன. ஆனந்தை முதலில் எப்போது சந்தித்தேன்?

'நேம்?'

'சோனாலி.'

'ஆர் யு எ மராட்டி?'

'கொங்கணி.'

'கன்னடா தெரியுமா?'

'சொல்பா.'

அவளை மேலிருந்து கீழாகக் கண்ணால் வருடிவிட்டு, 'வேறு என்ன தெரியும்? இந்த மாதிரி பகட்டாக டிரஸ் அணிந்துகொண்டு இண்டர்வ்யூவுக்கு வருவதைத் தவிர?'

'இதற்காக மன்னிப்புக் கேட்கத் தெரியும்.'

'ஸ்மார்ட்.'

'அப்படியென்றால் டாக்டர் ராஜ்நாராயண், இவளை உங்கள் லாபில் சேர்த்துக்கொள்கிறீர்களா?'

'வேண்டாம். அழகான பெண். நைட்ரிக் அமிலம் எங்காவது முகத்தில் பட்டுவிட்டால் குற்ற உணர்ச்சி என்னைக் கொன்று விடும். ஆனந்த், உன் லாப்தான் சரி.'

ஆனந்தின் லாப் அறையில் சோனாலி பாரதியை முதன்முதலில் அழைத்துச் சென்றது ஞாபகம் வந்தது. அதுதான் முதல் தப்பு. நான் பாரதியை அறிமுகப்படுத்தியிருக்கவே கூடாது. என் தலை யிலே மண் அள்ளிப் போட்டுக்கொண்டதுபோல ஆகிவிட்டது.

ஆனந்த் ஒரு பீக்கரில் வயலட் நிற திரவத்தைக் காட்டி, 'ஒரு கலர் வண்ணத்துக்கு வேல்யுன்னு உண்டு. அதனுடைய காம்ப்ளி மெண்டரி கலர் பின்னணியில் இருந்தா அதன் முழு வேல்யு வும்...' என்று கண் சிமிட்டியபோதுகூட அவன் கவனம் சோனாலிமேல்தான் இருந்திருக்கிறது!

'இந்தப் பொண்ணு யாரு?' அப்போதான் அவளைக் கவனித் திருக்கிறான்.

சோனு, 'பாரதி. புதுசா லாப் அசிஸ்டெண்ட்டாகச் சேர்ந்திருக்கா' என்றாள்.

ஆனந்த் நிமிர்ந்து பார்க்காமல் 'ஹலோ பாரதி' என்றபோது பாரதி சங்கடப்பட்டு சோனுவைப் பார்த்தாள். சோனு, 'ப்ளூவும்

யெல்லோவும் காம்ப்ளிமெண்டரியா சார்?' என்ற கேட்டுக் கொண்டே ஆனந்தை வசீகரமாகப் பார்த்தது தெளிவாக நினைவிருக்கிறது.

ஆனந்த், 'இல்லை. ஆனா இந்த பொண்ணு போட்டிருக்கே நீல சுடிதார், அதுக்கு இவ ஸ்கின் கலர் காம்ப்ளிமெண்ட்ரி ஆரஞ்சு.'

'உங்க டிரஸ்ஸும் மாட்சிங்காத்தான் இருக்கு.'

ஆனந்த், 'ஐஸ் வெக்கறா பாரு. ஆனா சோனு இனிமே இந்த மாதிரி டிரஸ் போட்டுக்கிட்டு வராதே. ரொம்பக் கவனம் கலைக்கிறது. போய் ரெண்டு பொண்ணுங்களும் வேலையைப் பாருங்க.'

'நீங்க கொஞ்சம் பாரதியை நிமிர்ந்து பார்க்கலாம்' என்று ஏன் சொன்னேன்? முட்டாள் நான்.

ஆனந்த் நிமிர்ந்து, 'நோ நாட் எகய்ன். எனக்குப் பொம்பளை அசிஸ்டண்ட் வேண்டாம்னு அட்மின்ல எத்தனை தடவை சொல்லிட்டேன்?'

'ஏன் சார்?'

'நீ ஒருத்தி போதாதா? இது என்ன டிரஸ்? வந்திருக்கிறது ஆபீசா, ஃபாஷன் ஷோவா?' அப்போதுகூட கவனம் என் மேல்தான்.

சோனாலி தன் மார்பைச் சங்கடமாகப் பார்த்துக்கொண்டாள். எப்போது கவனம் விலகியது?

ஆனந்த் பாரதியைப் பார்த்து, 'உனக்கு ஒண்ணு ரெண்டு எண்ணத் தெரியுமா?' என்றான்.

பாரதி ஆச்சர்யத்துடன், 'தெரியும்' என்றாள்.

'இந்த ரிப்போர்ட் காப்பிகளை பத்துப் பத்து பக்கமா அடுக்கி வை. அதான் உனக்கு இன்னிக்கு வேலை. அப்புறம் முடிஞ்சா இதை டைப் பண்ணு.'

அதுவரை ஆனந்த் அவளை நிமிர்ந்துகூடப் பார்க்கவில்லை. பாரதிதான் அந்த ரிப்போர்ட்களை அடுக்கும்போது எல்லாம் தெரிந்தவள்போல அதைப் படித்துவிட்டு, 'சார் டாக்கியான்ங் கறது ஒளியைவிட வேகமாப் போகுமா? அது எப்படி சாத்தியம் ஐன்ஸ்டைன் தியரிப்படி?'

இங்கேயே நான் கட் பண்ணியிருக்க வேண்டும். என் மூக்கடி யிலேயே போட்டிப் பெண் வந்துவிட்டாள் என்பதை அறியாத பேதை நான். அன்றுதான் ஆரம்பித்தது வம்பு. பொறாமைத் தீ!

ஆனந்த் அவளை ஆச்சரியத்துடன் பார்த்து, 'உனக்கு பிஸிக்ஸ் தெரியுமா?'

'நான் எம்.எஸ்ஸி சார்.'

'லாப் அசிஸ்டெண்ட்டாச் சேர்ந்தியா?'

பாரதி தன் கண்களை உருட்டி, 'எனக்கு ரிஸர்ச்ல ஆர்வம் உண்டு. உங்க ஆராய்ச்சிக் கட்டுரைகள் எல்லாம் படிச்சிருக்கேன். காம்ப்ளிமெண்ட்ரி கலர்ஸ் பற்றி நீங்க எழுதின புத்தகம் ஒரு லேண்ட்மார்க்.'

ஆனந்த், 'சோனு, திஸ் கர்ள் இம்ப்ரஸஸ் மி.'

சோனு, 'ஆனந்த் இன்னிக்கு சாயங்காலம் என் பர்த்டேக்கு வீட்டுக்கு வர்றீங்க. ப்ராமிஸ் பண்ணியிருக்கீங்க. ஞாபகப் படுத்தறேன்.'

'பாட்டில் உண்டா?'

'உண்டு.'

ஆனந்த், 'நீயும் வரியா?' என்று பாரதியைக் கேட்க, அவள் 'இல்லை சார். வேலை இருக்கு. உங்க ரிப்போர்ட்டை டைப் பண்ணணும்.'

'கடமை உணர்ச்சின்னா இது! நீயும் இருக்கியே, ஒரு வருஷத் துக்கு எத்தனை முறை பர்த்டே கொண்டாடுவே?'

'ரெண்டு முறைதான் சார். இங்கிலீஷ் தேதி, தமிழ் தேதி.'

ஆனந்த், 'ஒண்ணு பண்ணு. வீட்டுக்குப் போறப்ப உனக்குப் பிடிச்ச பரிசுப் பொருளை நீயே வாங்கிக்க. அதில் ஃப்ரம் ஆனந்த், பெஸ்ட் விஷஸ்னு நீயே எழுதிக்க. எனக்கு டயம் இல்லை!'

அவனை அதட்டலாகப் பார்த்தபோது, அவன் சிரிப்பு ஒளிவு மறைவு இல்லாமல்தான் இருந்தது. அதில்தான் ஏமாந்து விட்டாள்.

பாரதியை அவன் விரும்புவான் என்று எதிர்பார்க்கவே இல்லை. அழைப்பு மணி ஒலிக்க, எண்ணங்கள் கலைந்து முகத்தைத் துடைத்துக் கொண்டு போய்க் கதவைத் திறந்தாள்.

போலீஸ்!

7

சோனாலி இந்தியாவின் மேற்குக் கடற்கரையில் மால்பே என்னும் இடத்துக்குப் பக்கத்து ஊரில் பிறந்தவள். பள்ளியில் படித்ததெல்லாம் மணிபாலில். கல்லூரிக்கு மங்களூர் சென்று அந்த நகரத்தின் குறைந்த அளவு சந்தோஷங்களில் திருப்தி அடையாமல், படிப்பைப் பாதியில் நிறுத்தி (ஒரே பெண் என்பதால் சலுகை, அவள் தந்தை ராணுவ ஆபீசர்) பெங்களூரை நாடி மவுண்ட் கார்மெல் காலேஜில் சேர்ந்து, அதன் நவநாகரிகச் சூழ்நிலையில் ஆங்கில உச்சரிப்பும் தோற்றமும் திருத்தப்பட்டு, கூடுவே ப்ரதிமா பேடியின் பள்ளி யில் ஒடிசி நடனமும் கொஞ்சம் பரதநாட்டியமும் பயின்று, மெல்ல பம்பாயின் ஃபாஷன் உலகத் துக்கோ, சென்னைக்கோ அல்லது குறைந்தபட்சம் ஒரு டிவி தொடருக்கோ இடம்பெயரும் உத்தேசத் துடன்தான் காத்திருந்தாள்.

ஆனால் மையப் பாதுகாப்பு பிரிவின் அரசு ஆராய்ச்சி நிறுவனத்தில் அவளை யாரோ மனு போடச் சொல்லி, விளையாட்டாக இண்டர்வ்யூவுக்குச் சென்றாள். புன்னகைகளாலேயே பதில்களை மழுப்பி, டைரக்டர் (லெட்ஸ் ஹேவ் ஸம் ப்ரெட்டி ஃபேஸஸ் இன் திஸ் லாப் என்கிற) விருப்பத்தில்

லாப் அசிஸ்டண்ட் வேலை கிடைத்தபோதே தயக்கத்துடன்தான் ஒப்புக்கொண்டாள். கொஞ்ச நாள் இருந்து பார்க்கலாமே, நல்ல சம்பளம். மாலை வேளைகளில் தியேட்டர் க்ரூப்களுக்குச் செல்லலாம் போன்ற காரணங்களால் நீடித்தாள்.

எல்லா ஆண்களுடனும் சரளமாகப் பழகுவாள். அவர்கள், எதிர் பார்த்தபடியே அசடு வழிவார்கள். ஆனால் ஆனந்தை அவள் எதிர்பார்க்கவில்லை. முதல் முறையாக அவள் மனம் ஆனந்தால் பாதிக்கப்பட்டு, கலைந்த தலையும் கெட்டிக் கண்ணாடியும் இத்தனை வயசாகியும் அவனை மார்போடு வைத்து ஆறுதல் சொல்லித் தடவிக் கொடுக்கவேண்டும் என்று அவன் கிளப்பும் தாய் உணர்ச்சிகளும் ஆனந்தை மணந்தால் தன் வாழ்க்கையில் ஒரு ஸ்திர நிலையும் அதே சமயம் தன் இஷ்டப்படிச் செயல்படும் சுதந்தரமும் கிடைக்கும் என்று எப்படியோ கணித்து, அவனை பயங்கரமாக கவர முயற்சித்தாள். ஆனால் எப்படியோ ஆரம் பித்தது எப்படியோ போய் அவன் பாரதியை மணக்கும் வரை திசை திரும்பி வேறு கதையாகிவிட்டது.

'நான் அந்த லாப் போறதில்லை சார். அர்ரியர்ஸ்கூட இருக்கு. ஆனந்த் கல்யாணம் ஆன மறுதினமே நான் ராஜினாமா செய்து விட்டேன் சார்' என்றாள், ப்ரபாகர் ராவிடம். அவள் அவர்கள் எதிரே கால்மேல் கால்போட்டு, தேநீரை உறிஞ்சாமல், கறுப்புச் சாயம் பூசிய நீண்ட விரல்களால் மிகை-சைகை செய்து பேசியதை ப்ரபாகர் ராவ் கவனித்தார்.

'ஆனந்த் கொலை செய்யப்பட்டது தெரியுமா உங்களுக்கு?'

'தெரியும். ஒரு நாள் பூரா கண்ணீர் சிந்தினேன்.'

'ஏன்?'

'ஒரு சமயத்தில் நாங்க நெருக்கமா இருந்தோம்.'

'அவரை யார் கொன்னிருக்க முடியும்னு நீங்க நினைக்கிறீங்க?'

'எனக்கு சொல்லத் தெரியலை சார். சூய்சைடுங்கறாங்க?'

'இல்லை. சுட்டுக் கொல்லப்பட்டிருக்கார்.'

சங்கர், 'மிஸ் சோனாலி, ஆனந்த் பாரதியைக் கல்யாணம் பண்ணிக் கிட்டபோது நீங்கள் ஒருவாறு ஏமாற்றப்பட்டதாக, அதனால் ரொம்ப கோபப்பட்டதாச் சொல்றாங்க.'

'ஏமாற்றப்பட்டேன்... ஆனந்த் எனக்கு ஒருமுறை ப்ரபோஸ் பண்ணியிருந்தார். நான்தான் தள்ளிப் போட்டிருந்தேன். அதனால வருத்தப்பட்டேன். கோபப்படலை.'

'லாப்ல எல்லார் முன்னாலயும் சத்தம் போட்டிங்களாம்?'

'யார் சொன்னாங்க?'

'டாக்டர் சோமசுந்தரம்.'

'அந்தாளை நம்பாதீங்க. அவருக்கு என் மேல ரொம்பக் கோபம்.'

'ஏன்?'

சோனாலி தயங்கினாள்.

'காரணம் கொஞ்சம் மோசமானது.'

'சொல்லுங்க பரவாயில்லை.'

'சோமசுந்தர் என்னை ஒருமுறை பலாத்காரம் பண்ணப் பார்த்தார். கன்னத்தில் அறைஞ்சுட்டேன். மறுதினமே டைரக்டர்கிட்ட புகார் கொடுத்தேன். அவர், 'அதைப் பெரிசு பண்ண வேண்டாம். அட்மின்ல சொல்லி லாப் மாத்திர்றேன். ஆனந்த்கீழ ஒர்க் பண்ணு'ன்னு சொன்னார். அவர்கீழ பணிபுரிய ஆரம்பிச்சேன். அதனால் சோமசுந்தருக்கு என்மேல கடுப்பு. என்ன வேணு மானாலும் பொய் சொல்வார். ஆனந்துக்குக் கிடைக்க வேண்டிய அவார்டை அவர் பறிச்சுக்கிட்டாரு. இது பற்றி ஆனந்த் ஓப்பனாவே சண்டை போட்டிருக்கிறார்.'

'தெரியும்.'

'இப்ப கேட்டீங்களே, யாரு ஆனந்தை கொன்னிருக்க முடியும்னு. அவர் நிச்சயம் கொன்னிருக்க முடியும். அவ்வளவு வெறுப்பு ஆனந்த்மேல.'

'சோனாலி நீங்க துப்பாக்கி ஏதாவது வாங்கினீங்களா?'

அவள் சற்றும் தயங்காமல், 'துப்பாக்கியா, அது எப்படி இருக்கும்னே தெரியாது சார் எனக்கு' என்றாள்.

'பெங்களூர் ஆர்மரியில் உங்க பேர்ல பாயிண்ட் த்ரி எய்ட் துப்பாக்கி வாங்கினதா ரிஜிஸ்தர்ல பதிஞ்சிருக்கு.'

'புரியலை. பாயிண்ட் த்ரி எய்ட்னா என்ன? விலையா?'

'இல்லை, துளை. போர் சைஸ். உங்க பேரு அட்ரஸ் எல்லாம் இருக்கு. அதைப் பாத்துத்தான் உங்களை நாங்க சந்திக்க வந்தோம்.'

'அவ்வளவு தூரம் போயிருக்க வேண்டாம். ஆபிஸிலேயே என் அட்ரஸ், போன் நம்பர் எல்லாம் இருக்கே.'

'துப்பாக்கி நீங்க வாங்கலைங்கறீங்க?'

'சேச்சே! இல்லை சார்!' என்றாள் தயங்காமல்.

'பின் உங்க பேரு, விலாசம் எப்படி அங்க...'

'அதுதான் எனக்கும் ஆச்சரியமா இருக்கு!' என்ற அவள் கண் களில் உண்மையாகவே கவலையும் ஆச்சரியமும் தெரிந்தன. பொய் சொல்கிறாள் என்றால் பெரிய நடிகை என்று ப்ரபாகர் ராவ் யோசித்தார்.

இருந்தும் இந்த வினோதமான கேஸில் அவள் நிஜம் சொல்லவும் சாத்தியம் இருக்கிறது.

'அப்ப யாராவது உங்க பேர்ல அந்தத் துப்பாக்கியை வாங்கி யிருக்கலாம்னு சொல்றீங்க?'

'அப்படித்தான் இருக்கணும் சார். எனக்குத் துப்பாக்கி தேவை யில்லை. மற்ற ஆயுதங்கள் இருக்கு என்கிட்ட!' என்று கண் சிமிட்டினாள்.

அவை என்னவென்று சங்கர் கேட்க விரும்பினார். அதற்குள் ப்ரபாகர் ராவ், 'வா சங்கர் போகலாம். நீங்கள் சமீபத்தில் பெங்களூர் விட்டுப் போறதா இல்லையே?'

'இல்லை. எப்ப வேணா போன் பண்ணிட்டு வாங்க.'

'டான்ஸ் ஸ்கூல் நடத்தறது?'

'நான்தான். எனக்கு டான்ஸ்ல கொஞ்சம் இஷ்டம் உண்டு. லாபை விட்டு விலகினப்புறம் இதுதான் என் பிழைப்பு.'

அவர்கள் போனதும் சோனாலி தன் அறையிலிருந்து சன்னல் திரையை விலக்கி அவர்கள் போவதைப் பார்த்து, உடனே டெலிபோனுக்குத் தாவினாள்.

'கண்டீரவா டிராவல்ஸ்?'

ப்ரபாகர் ராவ், 'என்ன இப்படிச் சொல்றா?' என்றார்.

'உண்மை சொல்றான்னுதான் தோணுது.'

'அந்த ரிஜிஸ்டர்ல ஏதாவது கையெழுத்து இருந்ததா, பார்த்தியா சங்கர்?'

'இல்லை சார்.'

'முதல்ல கிழவன்கிட்ட போய் ரசீது புத்தகம் ஏதாவது இருக்கான்னு பார்த்துரு. அல்லது டெலிவரி சலான் ஏதாவது இருக்கா, அதில கையெழுத்து இருக்கான்னு பார்க்கவேண்டியது முக்கியம். குறிப்பா ஒரு பெண் பிள்ளை வந்து துப்பாக்கி வாங்கிட்டுப்போனா அவருக்கு நிச்சயம் ஞாபகம் இருக்கும். பொண்ணு பொய் சொல்லுதோன்னு தோணுது. எதுக்கும் மஃப்டியில் அவளுடைய நடமாட்டங்களை கண்காணிக்கச் சொல்லுங்க.'

'எனக்கென்னவோ டாக்டர் சோமசுந்தரை விட்டு சந்தேகம் விலகவே இல்லை சார்.'

'நான் இப்ப யாரையும் சந்தேகப்படற நிலையில் இல்லை. கேஸ் குழப்படி ஆவுது. துப்பாக்கியில விரல் ரேகை இருக்கும் இல்லை?'

'கிடைக்கலை சார். துடைச்சு வச்சிருந்தது.'

'அதிலிருந்து என்ன தெரியுது?'

'திட்டமிட்டுச் சுட்ட குண்டுன்னு.'

'இல்லை. அது சூய்சைடு இல்லைன்னு. ஒண்ணு கவனிச்சியா சங்கர்? ஜமதக்னிக்கு சோமசுந்தர் மேல வெறுப்பு. சோம சுந்தருக்கு சோனாலி மேல வெறுப்பு. இப்படி ஒருத்தரை ஒருத்தர் சங்கிலி போலக் குற்றம் சாட்டறாங்க. எல்லாருமே பேசி வச்சிருப்பாங்களோ!'

ப்ரபாகர் ராவ் நிருபதுங்கா ரோடில் இருக்கும் தன் அலுவலகத் துக்குச் செல்லும் முன் சட்டென்று மனம் மாறி, 'பாரதியை பார்த்துட்டு வந்துரலாம்' என்றார்.

'துக்கம் கொஞ்சம் தணிஞ்சிருக்கும்னு நினைக்கிறீங்க?'

'இந்த சோனாலி மேட்டரைக் கேட்டு வரலாம்னு தோணுது.'

'இது தக்க சமயமாத் தோணலை சார். அந்தம்மா ரொம்ப உணர்ச்சி வசப்பட்டு ப்ரேக்டவுன் ஆயிட்டாங்கன்னா.'

'இல்லை சங்கர். காத்துல பறக்கறா மாதிரி இருந்தாலும் அவங்க உள்ளுக்குள்ள கொஞ்சம் வலுவானவங்கதான்னு எனக்குத் தோணுது. சும்மா அவங்க இண்டராகேஷனை தள்ளிப் போட்டுக் கிட்டே போறதில் அர்த்தம் இல்லை. குறைந்தபட்சம் ஒரு தேதியாவது வாங்கிட்டு வரலாம்.

பணசங்கரியில் அந்த வீடு மிக மௌனமாக இருந்தது. வாசலில் ஒரு மாருதி கார் நின்றுகொண்டிருந்தது. வாசல் கதவு திறந்து பல செருப்புக்கள் கிடந்தன. பாரதியின் தந்தை சந்திரசேகர் வரவேற் றார். 'முன்னா' என்று கூப்பிட்டார். மாடி அறையிலிருந்து ஓர் இளைஞன் சாந்த சோக முகத்துடன் வந்து அவர்களை சந்தித்துக் கைகுலுக்கி உட்காரச் சொன்னான்.

'திஸ் இஸ் முன்னா. என் மனைவியின் கஸின் பிரதர். ப்ரபாகர் ராவ். ஆனந்தின் கேஸை இவர்தான் விசாரிக்கிறார்.'

'நீங்க என்ன பண்றீங்க?'

'டிஐல ஸாப்ட்வேர் என்ஜினியரா இருக்கேன். விஎல்எஸ்ஐ டிஸைன்.'

'முன்னாங்கற பேரு?'

'செல்லப்பேரு. கால் மி சேகர்.'

பாலிதீன் உறை பிரிக்காமல் ஓரிரு மெத்தைகள் ஹால் மூலையில் கிடந்தன. ப்ரபாகர் ராவ் அவற்றைக் கவனிப்பதை சேகர் பார்த்து, 'ஆனந்தும் பாரதியும் வேற வீடு மாத்தறதா இருந்தாங்க. பெரிய வீட்டுக்குப் போறதா போன மாசம்தான் தீர்மானிச்சாங்க. அதுக்குள்ள... ப்ச்...'

'பாரதியை பார்க்கணுமா?' என்றார் தந்தை.

'ஆமாங்க. அவங்க எங்களைச் சந்திக்கிற மூடில இருந்தா, பேசற நிலையில இருந்தா சரி. இல்லைன்னா எப்ப வரலாம்னு...'

‘இல்லை இல்லை. போலீசுக்கு ஒத்துழைக்கவேண்டியது முக்கியம். நீங்கள் அவளைக் கேக்கலாம். ஆனா ஆனந்த் சாவைப் பற்றி மட்டும் அடிக்கடி ஞாபகப்படுத்தாதீங்க. ஷி இஸ் இன் ஷாக்.

பாரதி மாடியிலிருந்து இறங்கி வந்தாள்.

8

பாரதி வந்ததும் அறையில் ஒரு சங்கடமான மௌனம் நிலவியது. கணவனை இந்த வாரம்தான் இழந்த பெண். அவள் துக்கத்தைக் கிளறிவிடாமல் கேள்விகள் கேட்கவேண்டும். ப்ரபாகர் ராவுக்கு ஏன்தான் இந்த வேலைக்கு வந்தோமோ என்று தோன்றும் சமயங்களில் ஒன்று இது.

'உக்காருங்க' என்றாள் பாரதி, சற்றே தடுமாற்றத் துடன்.

'இருக்கட்டும் மிஸஸ் ஆனந்த்! நீங்க எங்க கேள்வி களுக்குப் பதில் சொல்லத் தயாரா இருக்கீங் களான்னு தெரிஞ்சுக்கவே வந்தோம். சந்தர்ப்பம் சரியில்லைன்னா அடுத்த வாரம் வாரோம்.'

'என்ன சார் பிரயோசனம்? ஆனந்தே போய்ட்டப் புறம்.'

'அதில்லை மிஸ்டர் சேகர், குற்றவாளியைக் கண்டு பிடிக்க வேண்டியது எங்க கடமை இல்லையா?'

'பாரதிக்கு அதனால என்ன பிரயோசனம் சொல்லுங்க.'

பாரதி குறுக்கிட்டு, மெல்ல ஆனால் அழுத்தமாகப் பேசினாள்.

'முன்னா, சும்மாரு! எதாவது கண்டுபிடிச்சிங்களா சார்.'

'விசாரிச்சுட்டிருக்கோம்.'

'போலீஸ்னுடைய ஸ்டாக் பதில்.'

'காபி சாப்டியா முன்னா.'

'இன்னும் இல்லை பாப்லு' என்று சேகர் பரிவுடன் சொல்ல,

'ரொம்ப தலைவலி. கிச்சன்ல சொல்லி ஷாமிலியை எல்லாருக்கும் காபி கொண்டு வரச் சொல்லு! உங்களுக்குச் சர்க்கரை போடலாமா?'

'போடலாம்' என்றார் ப்ரபாகர் ராவ். இந்தச் சமயத்திலும் விருந்தினர் மேல் பரிவு இருப்பதை வியந்து.

'யாரையாவது அரஸ்ட் பண்ணிங்களா?' என்று கேட்டபோது தான் அந்த இளைஞனை முழுசாகப் பார்த்தார். சேகருக்கு சாந்தமான, கலக்கமில்லாத முகம். பாசமும் ஆறுதல் சொல்ல வேண்டிய, அரவணைக்கவேண்டிய கடமையும் தெரிந்தது.

'இல்லை. இன்னும் இல்லை மிஸஸ் ஆனந்த்.'

'பாரதின்னே கூப்பிடலாம்.'

'பாரதி, சென்ற சில மாதங்கள்ள உங்க கணவர் புதுசா யாரை யாவது சந்திச்சாரா?'

'ஆராய்ச்சி, ஆபீஸ் விஷயமாப் பல பேரைச் சந்தித்தார்.'

'அவங்க யாரையாவது குறிப்பா உங்களால பேர் சொல்ல முடியுமா?'

'முடியாது. ஸாரி! நான் அவர் ஆராய்ச்சி விஷயத்தில் தலை யிடவே இல்லை.'

'என்ன ஆராய்ச்சி செய்துகொண்டிருந்தார்? அதாவது தெரியுமா?'

'அதான் தெரியாதுங்கறாளே சார்.'

'நான் கேட்டதே இல்லை. அவரும் எங்கிட்ட அதைப் பற்றிப் பேசினதே இல்லை. பிஸிக்ஸ்ல cold fusionல ஒரு ஆராய்ச்சிக் கட்டுரை அடிச்சுக் கொடுத்துருக்கேன். ஞாபகம் இருக்கு.'

'அவரை எப்படி முதல்ல சந்திச்சிங்க.'

'ஒரு லாப் அசிஸ்டண்டாத்தான்.'

பாரதிக்கு அந்தத் தினம் தெளிவாக நினைவிருந்தது. ஆனந்த் அலுவலக அறையில் ஒரு கையில் சிகரெட் வைத்துக்கொண்டு ஒரு கையில் ஆறின காபிக் கோப்பையுடன் ஆராய்ச்சிக் கட்டுரை படித்துக்கொண்டிருந்தான். சிகரெட் அவன் கையைச் சுடும் வரை கவனிக்காமல், கையை உதறி அதைத் தூர எறிந்தான்.

பாரதி, 'மே ஐ கமின் சார்' என்றாள். மிகவும் பயம், பதற்றத்துடன். சோனாலி என்ன என்னவோ சொல்லியிருக்கிறாள். ரொம்ப முன்கோபக்காரர், பொறுமையற்றவர். நினைத்தது கிடைக்க வில்லை என்றால் மேசையில் எதையும் எடுத்துத் தூக்கி எறிந்து விடுவார். நெற்றி பத்திரம்!

ஆனந்த் 'கமின்' என்று சொல்ல, அவள் உள்ளே செல்ல, சற்று நேரம் கவனிக்காமலேயே இருந்தான்.

பாரதி தலையை அசைத்தாள். அவள் லோலாக்கு மெல்லிய சப்தமிட்டதைக் கேட்கும் அளவுக்கு நிசப்தம்.

ஆனந்த், 'என்ன வேணும்? யார் நீ?'

'உங்க லாப் அசிஸ்டண்ட்.'

'ஓ எஸ்! பார்கவி.'

'பாரதி சார்.'

ஆனந்த், 'அதானே சொன்னேன்? என்ன இது?'

'உங்க ரிஸர்ச் ரிப்போர்ட்.'

அதை அவள் மேசை மேல் வைக்க, 'முடிச்சுட்டியா? உங்கிட்ட எப்ப நான் கொடுத்தேன்?'

'நேற்று சாயங்காலம். எங்கிட்ட கொடுக்கலை. சோனாலிகிட்ட.'

ஆனந்த் முதன் முதலாக அவளை நிமிர்ந்து பார்த்ததும் அவளுக்கு நன்றாக நினைவிருந்தது.

'ஒரு நாள்ள டைப் அடிச்சுட்டியா?'

‘வேர்ட் ப்ராஸஸர்ல பண்ணேன்.’

‘எண்பத்து எட்டு பேஜ்? இம்பாஸிபிள்.’

‘ராத்திரி ஓவர் டைம். ஸ்டே பண்ணேன் சார்.’

‘ஓ, அதான் ட்ரஸ் கலைஞ்சிருக்கு. பாரும்மா! கவர்மெண்ட் ஆப் இண்டியாவுக்கு இத்தனை கடுமையா உழைக்கக்கூடாது.’

தான் போட்டிருக்கும் டிரஸ்ஸை கவனிக்கிறான். இப்போது மற்றொரு அதிர்ச்சியையும் தந்துவிடலாம் என்று ‘உங்க ரிப்போர்ட் பிரமாதமா இருந்திச்சு. சில ஐடியாஸ் ரொம்ப புதுசா இருந்தது. Especially on cold fusion.’

ஆனந்த் அவளை ஆச்சரியமாகப் பார்த்து, ‘யு மீன், அந்த ரிப்போர்ட் புரிஞ்சுதா உனக்கு?’

‘நான் பிஸிக்ஸ்ல போஸ்ட் க்ராஜுவேட்.’

ஆனந்த் ‘உனக்குக் கல்யாணம் ஆயிருச்சா’ என்றான் சட்டென்று.

பாரதி வெட்கத்துடன் ‘இல்லை சார்’ என்றாள்.

‘நல்ல வேளை!’

‘ஏன்!’

‘கல்யாணம் பண்ணிக்கிட்டு கர்ப்பமாகி மெட்டர்னிட்டி லீவ்ல போய்டாதே... நேத்திலேருந்து வீட்டுக்குப் போகவே இல்லையா?’

‘இல்லை சார். நான் இருக்கறது ஆஸ்டல்.’

‘ஆல்ரைட், ஐல் ட்ராப் யு! என் கண்ணாடியை எங்க வச்சேன்னு தெரிஞ்ச உடனே...’

‘கண்ணாடி போட்டுக்கிட்டு இருக்கீங்க சார்.’

‘பாத்தியா? காலைலருந்து தேடிக்கிட்டு இருக்கேன். கார் கீ?’ என்று மேசையில் தேடினான்.

‘ஒருவேளை கார்லயே இருக்கலாம்.’

ஆனந்த், ‘ஓ! ஆமாம், நான் இன்னைக்கு கார்லயே வரலை! சோமசுந்தர் ட்ராப் பண்ணார். சர்வீஸிங் கொடுத்திருக்கிறேன்.’

பாரதி 'மூச்சு விட மறந்துராதீங்க' என்று சிரித்தாள்.

'என்ன சிரிக்கறீங்க பாரதி?'

'அவரை முதல்ல சந்திச்சது ஞாபகம் வந்தது.'

'உங்களை ஆனந்துக்கு அறிமுகப்படுத்தினது சோனாலிதானாமே.'

'ஆமாம்.'

'ஆனந்த் சோனாலியைத்தான் முதல்ல கல்யாணம் செய்யறதா பேச்சு இருந்ததா? உங்களுக்குத் தெரியுமா அது?'

'அப்படித்தான் லாப்ல அத்தனை தகுதியுள்ள பெண்களும் நினைச்சுக்கிட்டிருந்தாங்க. ஆனந்த் ஆண் பெண் எல்லார்கூடயும் சரளமாப் பழகுவார். அதை சோனாலி தப்பா நினைச்சு...'

'சண்டைகூடப் போட்டாங்களாமே?'

'அப்படித்தான் கேள்விப்பட்டேன். கல்யாணத்துக்கு சோனாலி வரலை. ரிசைன் பண்ணிட்டுப் போய்ட்டாங்க. அதுக்கப்புறம் சோனாலியை நாங்க சந்திக்கவே இல்லை.'

'அப்படியா? உங்களை அப்பட்டமா ஒரு கேள்வி கேட்கலாமா?'

'ம்.'

'சோனாலி ஆனந்தை கொன்னிருப்பாங்கறீங்களா?'

அவள் அதிர்ச்சியடைந்து, 'இல்லை சார்! அவ்வளவு தூரத்துக்கு அவளுக்கு வெறுப்பில்லை.'

'யார் கொன்னிருக்க முடியும்னு நினைக்கிறீங்க?'

சேகர் குறுக்கிட்டு, 'யாருன்னு தோணவே இல்லை சார். அதானே எங்களுடைய ஆச்சரியம்? ஆனந்த் அத்தனை பாப்புலரா இருந்தார். அருமையானவர்.'

'அவருக்கு லாப், வீடு இரண்டைத் தவிர வேற எதாவது வாழ்க்கை இருந்ததா? எதாவது உங்ககிட்ட மறைச்சிருக்காரா? அதன் அறிகுறிகள் உங்கள் மணவாழ்க்கைல...'

'இல்லை சார்! இல்லவே இல்லை. அவர் பெரிய தேசபக்தர்! இல்லாட்டி எப்பவோ அமெரிக்கா போய் நிறையவே

சம்பாதித்திருப்பார். அவருடைய திறமைக்கு... குண்டு பட்டதும் எப்படித் துடிச்சிருப்பார்! ரொம்ப வலிச்சிருக்குமா சார்.' அவள் கண்களில் இயல்பாகக் கண்ணீர் உருண்டோடியது.

'பாப்லு டேக் இட் ஈஸி' என்று சேகர் அவளுடைய கண்களைத் துடைத்தான். உள்ளே சென்று ஒரு பெரிய ஃபைலைக் கொண்டு வந்து காட்டினாள்.

'பாருங்க, எத்தனை எத்தனை அமெரிக்கப் பல்கலைக் கழகங் களிலிருந்து உதவித் தொகை கொடுத்து போஸ்ட் டாக்டோரல் ரிசர்ச் பண்ண வேண்டுகோள்கள்.'

ப்ரபாகர் ராவ் அவற்றை அலட்சியமாகப் புரட்டிக்கொண்டு 'வீடு மாத்தறதாச் சொன்னாங்க?'

'ஆமாம்.'

'புது வீடா?'

'ஆமாம்! ராஜேஸ்வரி நகர்ல! என்னவெல்லாம் கனவு கண்டிருந் தோம்! அந்த வீட்டை எப்படியெல்லாம் அழகு படுத்தணும்னு...'

'குழந்தைக்கு இப்பவே ரூம் போட்டு என்ன கலர் டிஸ்டெம்பர்னு கூடத் தீர்மானிச்சோம். மூலையிலருந்து சாவு வேடிக்கை பாத்துக்கிட்டே இருந்திருக்கறது தெரியாம.'

இப்போது பாரதி அடக்க முடியாமல் அழுதாள். தன் வயிற்றைப் பிடித்துக்கொண்டாள்.

'எக்ஸ்க்யூஸ் மி, அப்புறம் சந்திக்கலாம்' என்று சேகர் அவளை அழைத்துச் செல்ல, ப்ரபாகர் ராவ் மிகவும் வருத்தப்பட்டார்.

சே! தப்பாக ஏதோ கேட்டு நினைவுகளைக் கிளறி விட்டோமே என்று.

அங்கிருந்து விடைபெற்று அலுவலகம் செல்லும்போது மணி ஆறாகிவிட்டது. ஃபாக்ஸ் கடிதங்கள் பல காத்திருந்தன. 'சங்கர், நீ பெங்களூர் ஆர்மரிக்கு போய் சோனாலி கையெழுத்து இருக்கு தான்னு பாத்துரு. அவ துப்பாக்கி விஷயமா பொய் சொல்றான்னு நினைக்கிறேன். எதுக்காகப் பொய் சொல்றான்னு தெரியணும்.'

'முதல்ல பொய் சொல்றாளான்னு தெரியணும் சார்.'

‘அவ சொன்னது உண்மைன்னா அவளை துப்பாக்கி வாங்கினதாக் காட்ட யாரு விரும்பறாங்கன்னு தெரியணும்.’

‘எனக்கென்னவோ டாக்டர் சோமசுந்தர் மேலேயே திருப்பித் திருப்பி கவனம் போவுது.’

‘சங்கர்? நான் என்ன அடிக்கடி சொல்வேன்? எம் ட்டி ஓ.’

‘மிஸ்ட்ரஸ்ட் தி ஆப்வியஸ்.’

‘அதேதான்.’

அப்போது டெலிபோன் ஒலித்தது. ‘சார் நான் ஏர்போர்ட்லருந்து பேசறேன். எஸ்ஐ சிக்கே கவுடா சார். சோனாலி கினிங்கற ஒரு சஸ்பெக்ட் பார்ட்டியை ஃபாலோ பண்ணும்படியா ஏஸிபி ஆபீஸ்லருந்து உத்தரவு வந்தது.’

‘ஏஸிபிதான் பேசறேன் சொல்லுங்க.’

‘சோனாலி கினிங்கற சஸ்பெக்ட் பார்ட்டி இண்டியன் ஏர்லைன்ஸ் ப்ளைட் பிடிச்சு சிங்கப்பூர் போறதுக்கு போர்டிங் பாஸ் வாங்கி செக் இன் பண்ணிக்கிட்டிருக்காங்க.’

‘ப்ளைட் எப்ப புறப்படுது?’

‘அரை அவர்ல சார்.’

‘உடனே வரோம்.’

9

கமிஷனர் ஆபீசுக்குச் சொல்லி ஏர்போர்ட் செல்லும் போது ரேடியோவில் தகவல் கொடுத்துவிட்டார் கள். சிங்கப்பூர் செல்லும் ப்ளைட்டை அவர்கள் வரும்வரை நிறுத்தி வைக்கும்படியாகவும் அது சாத்தியமில்லை எனில் சோனாலி கினி என்கிற பயணியை ஏர்போர்ட் பாதுகாப்பில் ஒப்படைக்கும் படியாகவும்.

புதிதாகத் தொடங்கப்பட்ட பன்னாட்டு முனையத் தில் வசதிகள் குறைவாக இருந்தன. பயணிகள் உட்கார இருக்கைகள் போதவில்லை. பலபேர் நின்றுகொண்டிருந்தார்கள். பாத்ரூம் சரியில்லை. காப்பி மெஷின் வேலை செய்யவில்லை. போன் வேலை செய்யவில்லை.

சோனாலி கண்ணாடி வழியாக வெளியில் காத் திருந்த ஏர் பஸ் விமானத்தை வெறித்துப் பார்த்துக் கொண்டிருந்தாள்.

முதலில் அவள் பெயரை அறிவித்ததை அவள் கவனிக்கவில்லை.

'மிஸ் சோனாலி கினி பாசஞ்சர் ட்ராவலிங் டு சிங்கப்பூர் ஆன் இண்டியன் ஏர்லைன்ஸ் ப்ளைட்

ப்ளீஸ் காண்டாக்ட் ட்ராஃபிக் கவுண்டர் ஃபர் என் அர்ஜெண்ட் மெஸேஜ்.'

'எனக்கு என்ன அர்ஜண்ட் மெஸேஜ் இருக்க முடியும்.'

மெல்ல அவள் ஏர்லைன்ஸ் சிப்பந்தியை அணுகியபோது அருகே ஒரு போலீஸ் அதிகாரி நிற்பதைப் பார்த்துத் திடுக்கிட்டாள்.

'உங்க போர்டிங் கார்டு கொடுங்க.'

'ஏன்?'

'திருப்பிக் கொடுத்துர்றோம் கொடுங்க' என்று ஏறக்குறைய அவள் கையிலிருந்த அனுமதிச் சீட்டைப் பிடுங்கிக்கொண்டார் சிப்பந்தி.

'வாம்மா' என்று காக்கி அணிந்த பெண் போலீஸ் அதிகாரி அழைத்தாள்.

'என்ன விஷயம் சொன்னீங்கன்னா...'

'உங்களை இருக்கச் சொல்லி மெஸேஜ் வந்திருக்கு. ப்ரபாகர் ராவ் கொடுத்திருக்கார்.'

'எதுக்கு?'

'தெரியலைமா! எதுக்கும் உங்க பாஸ்போர்ட்டு கொடுங்க, எமிக்ரேஷன் கிளியரன்ஸ்ல எதாவது...'

'இதோ, எமிக்ரேஷன் கிளியரன்ஸ் தேவையில்லைன்னு ரப்பர் ஸ்டாம்ப்கூட இருக்குது பாருங்க.'

'அப்ப வேற ஏதாவது இருக்கும். ஏதோ கேசை விசாரிக்கறாங் கல்ல, அது சம்பந்தமா இருக்கலாம்.'

'ஆனந்தா? அதான் எல்லாம் சொல்லியாச்சே.'

'எனக்கு ஏதும் தெரியாதும்மா! என் கடமையைச் செய்யறேன்.

இதனிடையே 'திஸ் இஸ் த லாஸ்ட் அண்ட் ஃபைனல் கால் டு ஆல் பாசஞ்சர்ஸ் டு சிங்கப்பூர்' என்ற அறிவிப்பு தொடர அவள் பரபரப்பானாள்.

'பாருங்க, நாங்க ஒரு ட்ரூப்பா ஒரு குரூப்பை அழைச்சுகிட்டுப் போறோம். எல்லா ஏற்பாடும் செய்து, அங்க டிக்கெட் வித்தாச்சு. கவர்மெண்ட் டு கவர்மெண்ட் இன்விட்டேஷன்.'

'அதெல்லாம் அவர்கிட்ட சொல்லும்மா.'

'என்னை மட்டும் விட்டுட்டு அந்தப் ப்ளேன் போச்சுன்னா போலீஸ் மேல் கேஸ் போடுவேன்.'

'போடுங்கம்மா' என்றாள் அவள் புன்னகையுடன்.

இதற்குள் ப்ரபாகர் ராவும் சங்கரும் நேராக எல்லா தடைகளையும் தாண்டி அவளருகே வந்தார்கள்.

'சோனாலி, உங்ககிட்ட என்ன சொன்னோம். எங்க அனுமதி இல்லாம ஊரைவிட்டுப் போகக் கூடாதுன்னுதானே?'

'எனக்கு ஃபர்பாமன்ஸ் இருக்கு சார். சிங்கப்பூர் கவர்மெண்ட்ல கூப்ட்டிருக்காங்க.'

'எங்ககிட்ட சொல்லவே இல்லையே.'

'நீங்க கேக்கவே இல்லையே? ஆனந்தைப் பத்தித்தான் கேட்டீங்க.'

'டோண்ட் பி கிளவர். என்ன அவசரம்? எதுக்காக இந்த அவசரப் பிரயாணம்?

'சொன்னேனே ஒரு டான்ஸ் ஃபர்பார்மன்ஸ்.'

'சோனாலி, நீங்க எதையாவது எங்ககிட்ட மறைக்கறீங்களான்னு தெரியணும்.'

'நீங்க என்னைப் போக விடாம தடுக்கப் போறீங்களான்னு தெரியணும்.'

'அடுத்த ப்ளைட் எப்ப?' என்று சிப்பந்தியைக் கேட்டார்.

'அது ராத்திரி மெட்ராஸ்ல பிடிக்கணும்.'

ப்ரபாகர் ராவ் யோசித்தார்.

'சரி, இப்ப எங்ககூட வாங்க.'

டிராபிக் அதிகாரி 'சார், அந்த பாசஞ்சரை செக்யூரிடிக்காக நிறுத்தப் போறீங்களா?'

'ஆமாம்.'

'அப்ப உங்க பாக்கேஜ் சீட்டைக் கொடுங்கம்மா, உங்க லக்கேஜை எடுக்கணும்.'

'பேஜாருப்பா போலீஸ்கூட!'

'எதுக்கு? நான் கொடுக்க மாட்டேன்' என்று பதறினாள் சோனாலி.

'இந்தக் கையெழுத்து உங்களுதா?' என்று ஜெராக்ஸ் காகிதத்தைக் காட்டினார் சங்கர். அவள் அலுவலகத்திலிருந்து பிரதி எடுத்தது.

'ஆமாம். அப்படித்தான் தெரியுது.'

'அப்ப, நீங்க என்கூட வரணும்.'

'எங்க?'

'பெங்களூர் ஆர்மரிக்கு.'

'என் சிங்கப்பூர் பயணம் என்ன ஆவது?'

'நீங்க சரியான விளக்கம் சொல்லலைன்னா உங்களைத் தடுக்க வேண்டி வரும். சொல்லிட்டா விட்டுருவோம், ஒரு ஜாமீன் பேரில. எப்படியும் இந்த ப்ளைட்டில் போக முடியாது' சோனாலி அழ ஆரம்பித்தாள்.

அவளருகே இருந்த பெண்கள் கண்ணீருடன், 'சோனாலி நீங்க வரலியா?'

'இவங்களுக்கு சிங்கப்பூர்ல யாரை காண்டாக்ட் பண்ணணும்னு விவரம் சொல்லிடுங்க. கூடிய விரைவில் இவங்களை அனுப்பிச்சு வெக்கறோம்.'

'இப்ப இந்த ப்ளைட்ல போறது முடியாத காரியம்' என்றார் சங்கர்.

சோனாலி கோபத்தில் வெடித்தாள். 'என்ன சார்! என்ன ஆதாரத்தின் பேர்ல என்னை நீங்க தடுக்கலாம்? ஏதாவது வாரண்ட் வெச்சிருக்கீங்களா?'

'இப்படியெல்லாம் பேசினா உடனே உங்களை அரஸ்ட் பண்ணி கஸ்டடியில வெச்சுருவோம்.'

'எதுக்கு? எதுக்கு?'

'ஆனந்தைக் கொன்னதுக்கு.'

அவள் சிரித்தாள். ஆனால் அவள் கைகள் நடுங்குவதைக் கவனித் தார் ப்ரபாகர் ராவ்.

'அபத்தம்! போலீஸ் இத்தனை முட்டாள்தனமா இயங்கும்னு நான் நினைக்கலை' என்று அவள் சொன்னதைக் கேட்டு 'லுக்' என்று தொடங்கிய சங்கருக்குக் கோபம் வந்ததை ப்ரபாகர் ராவ் சைகையால் அடக்கி, 'யார் முட்டாள், யார் கெட்டிக்காரன் கிறதை அப்புறம் ஆராய்ச்சி செய்யலாம். நீங்க என்கூட வர்றீங்களா?'

எஸ்.ஐ. சிக்கே கௌடாவுக்கு நன்றி சொல்லிவிட்டு ப்ரபாகர் ராவ் அவளை அழைத்துக் கொண்டு ப்ரிகேடு ரோடு வந்தார்.

சோனாலி, 'உங்களுக்கு இதுக்கெல்லாம் உரிமை இருக்கான்னு கூட தெரியலை. எனக்கு லாயரைப் பார்க்கணும்.'

'கம்முனு வாங்க' என்று சங்கர் அதட்டினார்.

பெங்களூர் ஆர்மரியில் தாத்தா அவளைக் கண்ணை இடுக்கிக் கொண்டு பார்த்தார். 'இந்தப் பொண்ணை எனக்கு ஞாபகம் இருக்குது. இவதாங்க என்கிட்ட துப்பாக்கி வாங்கிட்டுப் போனது.'

'அய்யோ! என்ன தாத்தா, இப்படிப் பொய் சொல்ற? அய்யோ என்ன சொல்றீங்க? என்னை மாட்டி விடறதுக்கு சதி!'

'இத்தனை வயசானவர் பொய் சொல்லணும்னு என்னம்மா அவசியம்?'

'தாத்தா சரியாச் சொல்லுங்க, நானா வந்து துப்பாக்கி வாங்கி னேன், உங்ககிட்ட? என்னை வெளிச்சத்தில் பார்த்துச் சொல்லுங்க...' என்று அவரருகில் சென்று முகத்துக்கு முகம் பார்த்துக் கேட்டாள்.

தாத்தா மீண்டும் அவளைப் பார்த்தபோது சற்று சந்தேகம் தென்பட்டது.

'உன் மாதிரித்தான் இருந்தது. பொண்ணுங்கள்லாம் ஒரே மாதிரி இருக்காங்களா, எனக்கு இந்த வயசில...'

'தாத்தா நீங்க சொல்ற அடையாளத்தினால என்னைக் கொலைக் குற்றம் சாட்டிக் கைது பண்ணப் போறாங்க. சரியாச் சொல்லுங்க தாத்தா, ப்ளீஸ்!'

'ஸாரி ஐம் நாட் ஷ்யுர்' என்றார் இப்போது.

'பாத்தீங்களா?'

'உங்க கையெழுத்து அவர் ரிஜிஸ்தர்ல இருக்குதே?'

'காட்டுங்க.'

காட்டியபோது அவள் தெளிவாகச் சொன்னாள்:

'இது என் கையெழுத்தே இல்லை; நான் 'ஐ'க்கு மேல புள்ளி வைக்கவே மாட்டேன். இது என் கையெழுத்தை யாரோ ஃபோர்ஜரி பண்ண முயற்சி.'

'யாரு?'

'எனக்கென்ன தெரியும்? நீங்க கண்டுபிடிக்கணும்!'

ப்ரபாகர் ராவ் சங்கடத்துடன் பார்த்தார். 'தாத்தா சரியாச் சொல்லுங்க, முதலில் அவ்வளவு ஷ்யூரா இருந்தீங்க.'

'இல்லை! இப்ப ஐம் நாட் ஷ்யூர். எனக்கு வயசாயிருச்சு, என்னால ஒருத்தர் மேல தப்பா குற்றம் வரவேண்டாம்.'

சங்கர் ஆயாசத்துடன், 'என்னங்க நீங்க?' என்றார்.

'நான் ஒரு லாயரைப் பார்த்தே ஆகணும்' என்றாள் சோனாலி.

'அப்ப நீங்க துப்பாக்கியைத் தொட்டதே இல்லை?'

'அது கறுப்பா சிவப்பான்னுகூடத் தெரியாதுங்க!'

'அப்ப உங்க கைரேகை ஆனந்தைச் சுட்ட துப்பாக்கியில் இருக்காது.'

'நிச்சயம் இருக்காது.'

ப்ரபாகர் ராவ் சற்று யோசித்தார். அந்த இடைவெளியில் சோனாலி, 'நான் புறப்படலாமா? என்மேல ஏதாவது குற்றச் சாட்டு இருக்குதா?'

'இல்லை' என்றார் சங்கர்.

'இப்போதைக்கு இல்லை' என்றார் ப்ரபாகர் ராவ்.

'என்னை ஜீப்ல கொண்டு விட்டுர்றீங்களா? ஏர்போர்ட்டில விட்டுட்டீங்கன்னா சாயங்காலம் சென்னை ப்ளைட்டை பிடிச்சு ராத்திரி சிங்கப்பூர், ஏர் இண்டியாவில போயிர்றேன். பெங்களூர் வருந்து சுகமா, ப்ளேன் மாத்தாம போகலாம்னு நினைச்ச எனக்கு எல்லாம் நாசம்.'

'உங்களுக்கு நேர்ந்த சங்கடத்துக்கு வருத்தம்' என்றார் ப்ரபாகர் ராவ்.

'உங்களால என்ன பெரிய குழப்பம்! தாத்தா, தாங்க்ஸ்! என் உயிரைக் காப்பாத்துனீங்க, உண்மை சொல்லி!'

'உம் பேர் என்னம்மா?'

'சோனாலி கினி, தாத்தா.'

'சோனாலி! அதே பேர்தானே!'

'மறுபடி ஆரம்பிக்காதீங்க தாத்தா!'

அவள் போனதும் சங்கர் அலுத்துக்கொண்டார்: 'என்ன வேஸ்ட், எல்லா முயற்சியும்!'

'கொலைக் குற்றத்தில் இப்படித்தாம்பா. அந்த ஆஸ்டல் மாணவன் கேஸ் எத்தனை அலை அலைஞ்சோம்?'

'இப்ப என்ன, யார் மேல சந்தேகம் திரும்புது?'

'மீண்டும் ப்ரொபசர்தான். எப்படி இந்தப் பொண்ணு பெயரைப் பயன்படுத்திக்கிட்டு, கையெழுத்தைப் போட்டு மற்றொரு பெண்ணை அனுப்பிச்சு துப்பாக்கி வாங்கி... ஒண்ணு செய்யி சங்கர்... சோனாலியுடைய கையெழுத்து அவங்க ஆபீஸ்ல கெடச்சுதில்லை...'

'ஆம். அதைத்தான் ஏர்போர்ட்ல அவகிட்டக் காட்டினேன்.'

'கையெழுத்து அலசற எக்ஸ்பர்ட்கிட்டக் கொடுத்து அந்தக் கையெழுத்தும் தாத்தாவோட ரிஜிஸ்டர் கையெழுத்தும் ஒண்ணு

தானான்னு சைண்டிபிக்கா ஒப்பிட்டுருங்க. அதுக்கப்பறம் பொண்ணை நம் லிஸ்ட்லருந்து நீக்கிடலாம்!'

அதன்படி சிஓடியில் கன்சல்ட்டன்டான சம்பத் என்கிற கையெழுத்து நிபுணரிடம் காட்டி ரிப்போர்ட் கேட்டிருந்தார்கள்.

அந்த ரிப்போர்ட் இரண்டு தினங்களில் ப்ரபாகர் ராவின் மேசைக்கு வந்தது. அதைப் பார்த்த உடனே போன் செய்தார்.

'சம்பத், உங்க ரிப்போர்ட் பார்த்தேன். ஆர் யு ஷ்யுர்?'

'கையெழுத்து ரெண்டும் ஒரே நபருடையதுதான்' என்று சத்தியம் செய்தார் சம்பத். 'என் இருபத்தைந்து வருஷ அனுபவம் உத்தர வாதம்' என்றார்.

'தாத்தா சற்று குழப்பிவிட்டாலும் முதலில் உண்மைதான் சொல்லியிருக்கிறார். சோனாலிதான் துப்பாக்கி வாங்கியிருக் கிறாள். சே! பட்சி பறந்துருச்சே!' என்றார் ப்ரபாகர் ராவ்.

10

ப்ரபாகர் ராவ் மிகவும் பரபரப்பாகவும் ஆத்திர மாகவும் இருந்தார். 'சே, ஒரு பெண் இப்படி நம்மை ஏமாற்றிவிட்டுத் தப்பித்துப் போய்விட்டாளே' என்று சங்கரிடம் அங்கலாய்த்தார்.

'இப்பக்கூட எனக்கு அவ நம்மை ஏமாற்றும் நோக்கத்தில் சிங்கப்பூர் போயிருப்பான்னு நம்பத் தோணலை சார்' என்றார் சங்கர்.

'ஏன்?'

'அவ கண்களில் குற்றமில்லை.'

'பெண்களின் கண்கள் எத்தனையோ குற்றங்களை மறைக்க வல்லது. லேசில் நம்பிடாதீங்க.'

'எனக்கு அத்தனை அனுபவம் இல்லை சார்!' - சங்கர் ஒரு பிரம்மச்சாரி.

'எம்ஜி ரோடில பாஸ்போர்ட் ஆபீஸ்ல போய் டீடெய்ல்ஸ் வாங்கிடுங்க. அப்புறம் சென்னைல சிங்கப்பூர் கான்சலா, ஹை கமிஷனா அங்க விசாரிச்சு, அவங்க இமிக்ரேஷன் அத்தாரிட்டிஸ்க்கு தகவல் சொல்லுங்க. உடனே அடுத்த ப்ளைட்டில் திருப்பி அனுப்பிச்சுருவாங்க.'

'அவங்களுக்கு நிஜமாவே நடன நிகழ்ச்சி இருக்குது. கவர்மெண்ட் இன்விடேஷன பார்த்தேன். அதனால...'

'அதனால?'

'விட்டுப் பிடிக்கலாம்னு...'

'உங்களுக்குத் தெரியாது சங்கர். அங்கிருந்து ஆஸ்திரேலியாவோ, லண்டனோ, கனடாவோ போய்ட்டா அப்புறம் கேஸ் சிக்கலாயிரும். அதனால பழி பாவம் பார்க்கக் கூடாது. உடனே மெஸேஜ் அனுப்பிச்சுருங்க' என்றார்.

கமிஷனர் ஆபீசில் அன்று இந்த கேஸைப் பற்றிய ஒரு ப்ரீஃபிங் இருந்தது. அறிக்கை கேட்டிருந்தார்கள். அதை விரைவில் கணினியில் கொடுத்து அச்சடித்துக் கொடுக்கச் சொன்னார். தம் அலுவலகத்தை விட்டு வெளியே வந்தபோது, அவருக்கு ஒரு கவலை ஏற்பட்டது. இந்தக் கொலைக் குற்றம் கண்டுபிடிக்கப் படாமல் குறை கேஸாகப் போய் நாளடைவில், கோப்புகளில் உறங்கப் போகிறது. அல்லது இலாகாவை சங்கடத்தில் ஆழ்த்தப் போகிறது என்று. அவர் நினைத்தபடியே நடந்தது.

கமிஷனர் செட்ரிக் டிசோஸா மிகுந்த கோபத்தில் இருந்தார். 'ராவ், சைன்டிஸ்ட்டு மர்டர்ல ஏன் யாரையும் இன்னும் அரஸ்ட் பண்ணலைன்னு சீப் செக்ரட்ரிகிட்டேருந்து நோட் வந்திருக்கு. பத்திரிகைக்காரங்க துளைக்கிறாங்களாம். என்ன பதில் சொல்லப் போறீங்க?'

'யாருன்னு சரியா இன்னும் கண்டுபிடிக்க முடியலை சார்.'

'யாரார் பேர்ல சந்தேகம்?'

'இறந்துபோன டாக்டர் ஆனந்துடைய கலீக் டாக்டர் சோமசுந்தரம்னு ஒருத்தரும், கூட வேலை செஞ்ச சோனாலின்னு ஒரு பெண்ணும்தான் சார் முக்கியமான சஸ்பெக்டஸ்.'

'சுவத்தில ஏதோ எழுதி வச்சதாச் சொன்னாங்களே?'

'சுவத்தில இல்லை சார். அது பேப்பர்காரங்க கற்பனை. கண்ட்ரோல் ரூமுக்கு அவர் போன் பண்ணப்ப, சோமுன்னு ஒரு வார்த்தை சொல்லிருக்கார். அதுகூட அவர்தான் போன் பண்ணதா நிச்சயமா இப்பச் சொல்ல முடியலை.'

சங்கர் அவரை வியப்புடன் பார்த்தார். ஆனந்த் இறந்த சமயத்துக்கு சற்றுமுன் பதிவாகியிருக்கும் அந்தச் செய்தி, விமான நிலையத்தில் விமானம் இறங்கும் சப்த நேரம், இவற்றை வைத்து அந்த போன் கால் ஆனந்த்தான் செய்திருக்கவேண்டும் என்று தாம் கண்டுபிடித்ததில் சங்கர் உறுதியாக இருந்தார்.

'அப்ப சோமசேகரை அரஸ்ட் பண்ணுங்க.'

'சோமசேகர் இல்லை. சோமசுந்தரம் சார் அவர் பேரு. சோனு வாகவும் இருக்கலாம். சோனு சோனாலி.'

'எல்லாமே சந்தர்ப்ப சாட்சியங்கள்?'

'ஆமா!'

'அந்தப் பெண் எங்க இப்ப?'

'சிங்கப்பூருக்கு ஒரு நடன நிகழ்ச்சிக்காகப் போயிருக்காங்க.'

'நாட்டை விட்டு வெளியே போக அனுமதிச்சிங்களா? எங்கயோ கேஸ்ல ஓட்டை இருக்கு. சி.எம். ரொம்ப கவலைப்படறார். விதான் சபால ஒரு கவன ஈர்ப்புத் தீர்மானம் வரப்போவுதுன்னு சொல்றாங்க. கொஞ்சம் அரசியல் உள்ள வந்துருச்சு. யாரை யாவது கைது பண்ணித் தொலைங்க ராவ்.'

கமிஷனரின் நெற்றிப் புருவங்கள் கோபத்தில் இணைந்தன. 'இல்லை மழுப்பலா ஒரு அறிக்கை கொடுங்க. சும்மாவே இருந்தா எப்படி?'

உள்ளே ப்யூன் கார்டு கொண்டுவந்து கொடுக்க, அதைக் கவனித்து-

'வந்துட்டாங்க பாருங்க. ப்ரஜாவாணி ரிப்போர்ட்டர். என்ன சொல்றது அவர்கிட்ட? வரச்சொல்லுப்பா.'

சேஷகிரி ராவ் இருபத்தைந்து வருஷம் அனுபவமுள்ளவர். எத்தனையோ போலீஸ் கேசுகளையும் கொலைகளையும் தமது நகர் வலத்திலும் கோர்ட் வளாகத்தின் காற்றோட்டமில்லாத காரிடாரிலும் பார்த்தவர். சுமூகமாகவே கேள்விகள் கேட்டார்.

'கமிஷனர் சார், இந்த முறை நீங்க தப்பிக்க முடியாது.'

'என்ன?'

‘என் டாட்டர் கல்யாணத்துக்கு வந்தே ஆகணும்.’

‘அதான் ஆய்டுச்சே.’

‘இது இன்னொரு டாட்டர்.’

‘உங்களுக்கு எத்தனை டாட்டர் ராவ்?’

‘மூணு. என்ன இது, ஆனந்த் கேஸ் இப்படி போட்டுக் குழப்பிருக்கீங்க?’

‘இவர்தான் பார்க்கறார். இவரைக் கேளுங்க.’

‘ஓ ப்ரபாகர் ராவ்!’

‘ஆமாம்.’

‘என்னங்க, இதில பெரிய அரசியல் இருக்கறதாவும் வெளிநாட்டு சதியெல்லாம் இருக்கறதாவும் கூடவே ஒரு செக்ஸ் ஸ்காண்டல் இருக்கறதாகவும் பேச்சு அடிபடுது.’

‘ராவ் உங்களுக்குத் தெரியாதா! குற்றவாளியைக் கண்டுபிடிக்க சற்று தாமதமாச்சுன்னா இந்த வதந்திங்கல்லாம் வரத்தான் செய்யும்.’

‘விவகாரம் அசெம்பிளிவரை போவுதாம். கௌடா அதை வச்சுகிட்டு அரசைக் கலைக்கப் போறாராம். அது வதந்தி இல்லை. உள்துறை அமைச்சர் மேல ஒரு கெடு. அவர் ராஜினாமா வரைக்காவது இது வந்தே தீரும்.’

‘ப்ரபாகர் ராவ், உங்க பேரு பெரிசா அடிபடப் போவுது பேப்பர்ல’ என்றார் கமிஷனர்.

‘வேண்டாம் சார். நீங்களே ஸ்டேட்மெண்ட் கொடுத்துருங்க.’

‘என்ன கண்டுபிடிச்சிருக்கீங்க இதுவரை?’ என்று கேட்டார், சேஷகிரி ராவ்.

அவருக்கு ஒருபேப்பர் தட்டில் உப்பு பிஸ்கட் கொண்டு வைக்கப் பட்டது. ‘இந்த உப்பு பிஸ்கட் மாத்த மாட்டீங்களே. என்ன பண்றது? வரவங்களுக்கெல்லாம் டயபடிஸ்.’

ப்ரபாகர் ராவ், ‘கேஸ்ல நிறைய லீடு கிடைச்சிருக்கு. ஆனா இன்னம் திட்டவட்டமாக் கைது பண்ற அளவுக்கு சாட்சியம் கிடைக்கலை.’

'டாக்டர் ஆனந்தை அவருடைய லாப் டைரக்டரே கொன்னிருக்கலாம்னு சொல்றாங்க...'

'இதென்ன புதுக் குண்டு!'

'ஆமாம். ஆனந்த் கொடுத்த பல ஆராய்ச்சித் திட்டங்களை அவர் சம்மதிக்காம கிடப்பில போட்டிருந்தாராம். இதை அவர் மேலிடத்துக்கு அம்பலப்படுத்தறதா தெரிஞ்ச உடனே ஆளுங் களை வச்சுகிட்டு...'

'உங்களுக்கு நல்ல இமாஜினேஷன் ராவ்! டைரக்டர் பாகிரத் பெரிய சாயி பாபா பக்தர்.'

'ஸோ வாட்!'

'கற்பனையைப் பறக்க விடாதீங்க.'

'சரி. கற்பனை இல்லாத ஒரு உண்மை சொல்றேன். இந்த கேசை சிபிஐகிட்ட கொடுக்கப் போறார் முதல்வர். அது தெரியுமா உங்களுக்கு?'

'தெரியாது!' என்றார் கமிஷனர். அவர் முகம் கறுத்தது.

'எங்களுக்குத் தெரியும். விதான் சபாவில் தற்போதைக்கு அதன்மேல் விவாதத்தை நிறுத்த அதான் அவருடைய உத்தி.'

'உங்களுக்கு எல்லாம் தெரியும்!'

'இதுபற்றி வாணில ஒரு கட்டுரை விரிவா எழுதப் போறேன். படிச்சுப் பாருங்க!'

'தயவு செய்து வதந்திகளை மட்டும் எழுதாதீங்க.'

'வதந்திகள் நாளைய நிஜங்கள். இந்த கேஸ்ல பல கோணங்கள் இருக்குது கமிஷனர் சார். குற்றம் மட்டும் இல்லை. அரசியல் சதி, சாதி எல்லாம். வரேன். அடுத்த முறை வரும்போது முந்திரி பிஸ்கட் வாங்கி வெச்சாத்தான் வருவேன் இந்த ஆபீசுக்கு!' என்று எழுந்து சென்றார்.

அவர் போனதும் கமிஷனர் ப்ரபாகர் ராவைக் கவலையுடன் பார்த்தார். 'கேட்டிங்கல்ல, எப்படி போயிட்டிருக்குது பாருங்க.'

'சார், சிபிஐ வருமா சார் இதில.'

'ஒரு வாரத்தில!'

அப்போது போன் மணியடித்தது. அதை எடுத்துக் கேட்ட அவர் முகம் இறுகியது.

'எஸ்ஸர்! எஸ்ஸர்! நிச்சயம் சார்! ம்! வெள்ளிக்கிழமைக்குள் சார். சரி சார்!' போனை வைத்து, 'சி.எம். வெள்ளிக்கிழமைக்குள்ள கேசை ஒரு வழியா முடிச்சாகணும். அதுக்கு கூடுதலா போலீஸ் படையைப் போடலாம்னு.'

'தேவையில்லை சார். வெள்ளிக்கிழமைக்குள்ள முடிச்சுர்றம் சார்.'

வெளியே வந்தபோது சங்கர், 'எப்படி சார் நாம் ஒரு பெரிய சுவரைன்னா சந்திச்சிருக்கோம் இதுவரை.'

'தாண்டிக் குதிக்கவேண்டியதுதான்!'

நிருபதுங்கா ரோடில் தமது அலுவலகத்துக்கு வந்தபோது அவருக்கு ஒரு செய்தி காத்திருந்தது. சிங்கப்பூரிலிருந்து ஒரு பெண் இரண்டு தடவை போன் செய்ய முயற்சித்ததாகவும் ரிட்ஸ் ஓட்டலில் தங்கியிருப்பதாகவும்.'

'பேர் சொன்னாங்களா?'

'சோனாலி. உங்க டைரக்ட் நம்பர் வாங்கிக்கிட்டாங்க.'

உடனே முயல்வதற்கு முன் போன் மணியடித்தது.

'அவங்கதான் சார்.'

'இன்ஸ்பெக்டர் ப்ரபாகர்?'

தாம் இன்ஸ்பெக்டர் இல்லை என்று விளக்கச் சமயமில்லை. 'சொல்லுங்க சோனாலி, என்ன விஷயம்?'

'நான் திரும்ப பெங்களூர் வந்தா கைது பண்ணுவீங்களா?'

'எதுக்குக் கைது பண்ணணும்? நீங்கதான் குற்றம் ஏதும் செய்யலியே.'

'ஆனா பொய் சொல்லிட்டனில்லை?'

'என்ன பொய்?'

‘அந்தத் துப்பாக்கியை நான்தான் வாங்கினேன்!’

‘பின்ன ஏன் முதல்ல வாங்கவே இல்லைன்னு சத்தியம் அடிச்சுச் சொன்னீங்க?’

‘பயத்திலதான்! நான் முன்னால உங்ககிட்ட கொடுத்த வாக்கு மூலத்தை வாபஸ் வாங்கும்படியா என் லாயர் சொல்லிருக்கார். என்னை இங்க கைது செய்யாம இருந்தா, நான் நேரில அடுத்த பிளைட்ல திரும்ப வந்து, நடந்தது எல்லாத்தையும் சொல்லிட றேன்.’

போனை வைத்து, ‘சங்கர், சிங்கப்பூர் போறியா? கேஸ் முடிஞ் சுருச்சு!’ என்றார் ப்ரபாகர் ராவ்.

11

பெங்களூர் விமான நிலையத்தில் இறங்கின உடன் சோனாலியைச் சந்தித்து, அவளை அலுவலகத் துக்கு அழைத்துச் சென்றார் ப்ரபாகர் ராவ்.

'நல்லவேளை, திரும்பி வந்திங்க' என்றார்.

'எங்க போவேன்' என்று பெரிய விழிகளை உருட்டிக் கொண்டாள். சங்கர் எச்சில் விழுங்கிக் கொண்டார். சோனாலி அணிந்திருந்த நவீன உடை அபாயகரமான இடங்களில் திறந்திருந்து, அவருடைய போலீஸ் கடமைகளை கவனம் கலைத்தது. அவரை நோக்கி, மோகனமாக ஒரு புன்னகையை அவள் வீச, அவளுக்காக இடது கையை வெட்டிக் கொடுக்கலாம் என்று எண்ணி னார். அந்த எண்ணத்தை ஏறக்குறையப் படித்து விட்ட ப்ரபாகர் ராவ் சங்கரைப் பார்த்து முறைக்க,

'சொல்லுங்க. எதுக்காகத் துப்பாக்கி வாங்கினீங்க?' என்றார் சங்கர், அவசரமாக.

'ஆனந்த்தான் வாங்கச் சொன்னார்!'

பாதி கோப்பை தேநீரிலிருந்து நிமிர்ந்த ப்ரபாகர் ராவின் மேல் பானம் சிந்திவிட்டது.

‘ஆனந்தா!’

‘ஆமாம், அவர்தான்! ‘எனக்கு ஒரு துப்பாக்கி வாங்கணும். கடைக்குப் போக நேரமே இல்லை. அதனால நீ வாங்கி வா’ன்னு சொன்னார்.’

‘எதுக்காகன்னு சொன்னாரா?’

‘சொல்லலை. என்னவோ பரிசோதனையோ என்னவோ! சொன்ன மாதிரி இருந்தது. அப்ப நானும் டாக்டர் ஆனந்தும் மற்ற விஷயங்களில் கவனமா இருந்ததால.’

‘மற்ற விஷயம்னா?’

‘காதல், ஸ்வீட் நத்திங்ஸ். ‘உங்களுக்கு ஐஸ்க்ரீம் பிடிக்குமா, வெள்ளரிக்கா பிடிக்குமா?’ இந்த ஸ்டேஜ்ல இருந்ததால அவர் என்ன ஆணை பிறப்பித்தாலும் செய்யத் தயாராக இருந்தேன். துப்பாக்கியா, ஏன், புலிப்பால்கூடக் கொண்டு தந்திருப்பேன்.’ அவள் தன் கூரிய விரல் நகங்களைப் பார்த்துக்கொண்டு தொடர்ந்தாள். ‘துப்பாக்கி வாங்கறதில உள்ள அபாயத்தை இப்பத்தான் தெரிஞ்சுக்கிட்டேன். சாதாரணமா விலாசம், கையெழுத்து போட்டபோது அதில இவ்வளவு சிக்கல் இருக்கும்னு நான் எதிர்பார்க்கவே இல்லை.’

‘அதாவது நீங்க அந்தத் துப்பாக்கிய ஆனந்த்கிட்ட கொடுத்தீங்க?’

‘ஆமாம்.’

‘உங்ககிட்ட வெச்சுக்கவே இல்லை.’

‘இல்லை. ஒருநாள் கூட வெச்சுக்கலை.’

சங்கர், ‘உண்மை சொல்றான்னா இது ஒரு புது திருப்பம்’ என்று ஒரு காகிதத்தில் எழுதி ப்ரபாகர் ராவிடம் காட்டினார்.

அவர் தலையசைத்து ஆமோதித்தார்.

‘சார், நான் போகலாமா, வேற ஏதாவது கேட்கணுமா?’

‘நீங்க துப்பாக்கியை வாங்கி ஆனந்திடம் கொடுத்ததுக்கு ஆதாரம், சாட்சியம் ஏதாவது இருக்குதா?’

‘துப்பாக்கியை வெச்சுக்கிட்டு நான் என்ன செய்வேங்க! அதனுடைய பிசினஸ் முனையே தெரியாதவள் நான்.’

'பிசினஸ் முனை? சேஸ் நாவல் நிறையப் படிப்பீங்க போல. சிங்கப்பூர் ட்ரிப் எப்படி இருந்தது?'

'பிரமாதம், லீன்னு ஒருத்தர். என்னை இந்த நிமிஷமே கல்யாணம் செய்துகொள்கிறாயா என்று கேட்டார். நான்தான் 'ஊர்ல என் மேல கொலைக்குற்றம் எல்லாம் இருக்கு. அந்தப் பிரச்னையைத் தீர்த்து வைத்துவிட்டு வருகிறேன் என்று சொன்னேன்' என்று சிரித்தாள். 'நட்ராஜ்'னு ஒரு பள்ளி தொடங்கி கெஸ்ட் லெக்சர் கொடுக்கக் கூப்பிட்டிருக்காங்க.'

'குட்!'

'நல்லவேளை... நான் ஆனந்தைக் கல்யாணம் செய்துக்கலை. கடவுள் ஒரு விதத்தில் நல்லதுதான் செய்திருக்கார். அவர் பாரதியைக் கல்யாணம் செய்துக்கிட்டபோது தற்கொலைவரை கூட போய்ட்டேன். பைத்தியக்காரி நான்!'

'ஆனந்த் தற்கொலை செய்துக்கிட்டு இருப்பாரா?'

'சேச்சே! ஆனந்த் அப்படிப்பட்ட பர்சனாலிட்டியே இல்லை!'

'ஆபீஸ்ல ஏமாற்றம், ப்ரமோஷன் ரெகக்னிஷன் கிடைக்காத ஏமாற்றம்?'

'ம்ஹூம். அப்படிப்பட்ட ஆளில்லை அவர்' என்று சொல்லி விட்டு 'மிஸ்டர் சங்கர், உங்களை யூனிபார்ம் போடாம பார்க்க விரும்பறேன்' என்றாள்.

அவள் போன திசையை சங்கர் வியக்க, 'சரியான பெண்ணப்பா அது' என்றார் ப்ரபாகர் ராவ். 'உனக்குக் கல்யாணம் ஆகலைன்னு எப்படியோ தெரிஞ்சுபோச்சு இவளுக்கு' என்றார்.

மாலையில் வீடு திரும்பும்போது 'விதான் சபாவில் அமளி! சைன்டிஸ்ட் கொலை வழக்கு எதிரொலி!' என்று பெரிய எழுத்தில் தலைப்புடன் செய்தித்தாளை ஒரு பெண்மணி கைக்குழந்தை யுடன் போக்குவரத்தின் ஊடே நடந்து விற்றுக் கொண்டிருந் தாள்.

ப்ரபாகர் ராவ் ஜீப்பிலிருந்தே இரண்டு ரூபாய் கொடுத்து அதை வாங்கிப் பார்த்தார்.

விஞ்ஞானி ஆனந்த் கொலை வழக்கில் போலீஸ் எதுவும் கண்டுபிடிக்காமல் இருந்ததற்கு அதிருப்தி தெரிவிக்கும் வகையில் சட்டசபை நடவடிக்கைகள் இன்று முழுவதும் ஸ்தம்பித்துப் போயின.

முதலமைச்சர் அவையில் இல்லாதது எதிர்க்கட்சி அங்கத்தினர்களின் கோபத்தை அதிகரிக்க, உள்துறை அமைச்சர் ஆவன செய்துகொண்டிருக்கிறோம் என்று சொன்னபோது, அவையில் சலசலப்பு ஏற்பட்டு மைக்குகள் பிடுங்கப்பட்டு நாற்காலிகள் பறந்தன. பின்னர் முதலமைச்சர் ஒரு ஜப்பானியக் குழுவுடன் ஒப்பந்தத்திலிருந்து பிரிந்து வந்து, சபையில் சற்று விவரமான அறிக்கை கொடுத்தார்.

போலீஸ் மிக விரைவில் குற்றவாளியைக் கண்டுபிடித்துக் கைது செய்யும். ஆனந்த் கொலை வழக்கில் சதியோ, வெளிநாடுகளின் வேலையோ எதுவுமே இல்லை. இது, முதல் விவரங்களின்படி ஒரு உணர்ச்சிபூர்வமான குற்றம் என்பது தெரிந்திருக்கிறது. போலீஸ் சுறுசுறுப்பாக சில துப்புகளைத் தொடர்ந்து கொண்டிருக்கும் வேளையில் பெயர்கள் அறிவிக்கப்பட்டால் வழக்கின் முன்னேற்றம் பாதிக்கப்படும்.

'நல்லா மழுப்பிருக்கார்' என்றார் ப்ரபாகர், டிரைவரிடம்.

வீடு வந்தபோது சடையன் என்னும் அவருடைய காக்கர் ஸ்பானியல் அவர் மேல் துள்ளி விளையாடினதைக் கவனிக்காமல் 'சாந்தலா, ஏதாவது போன் வந்துச்சா?'

'எட்டு தடவை போன். 'முதலமைச்சர் பிஏகிட்டருந்து, கமிஷனர் கிட்டருந்து, ஐஜிகிட்டருந்து. எங்க போய்ட்டீங்க?'

'ஏர்போர்ட் போயிருந்தேன்!'

முதலமைச்சர் செயலாளருக்கு போன் போட்டபோது கமிஷனர் அங்கேதான் இருந்தார்.

'என்ன ப்ரபாகர் ராவ், பேப்பர் பாத்தீங்களா?'

'பாத்தேன் சார். பெரிய ரகளை மாதிரி தெரியுது?'

'எல்லாத்துக்கும் நீங்கதான் காரணம். தெரியுதா?'

ப்ரபாகர் ராவின் தாடைகள் இறுகின.

'நாங்க எங்களால ஆனதைச் செய்துக்கிட்டிருக்கோம் சார். ஒரு நாளைக்கு இருபத்து நாலு மணி நேரம்!'

'போதாது போதாது! சட்டசபையில் கூச்சல் போடறாங்க. சிஎம் கூச்சல் போடறார். உங்களுக்கெல்லாம் எதுக்கு சம்பளம் கொடுத்து வச்சிருக்குன்னு என்னைக் கேக்கறார். ராத்திரிக்குள்ள யாரையாவது அரஸ்ட் பண்ண முடியுமா முடியாதா?'

ப்ரபாகர் ராவ் யோசித்து பதில் சொன்னார்.

'முடியாது சார்! அது போலீஸ் முறைப்படி நியாயமில்லை. இப்ப இது சூய்சைடாக்கூட இருக்கலாம்னு ஒரு புதிய திருப்பம் வந்திருக்கு!'

'அப்ப நான் ப்ரஸ்ஸை கூப்பிட்டுச் சொல்லிடட்டுமா? தற்கொலைன்னு?'

'இல்லை சார். கொஞ்சம் அவகாசம் கொடுங்க.'

'என்னய்யா அவகாசம்! ஆனந்த் இறந்துபோய் மூணு மாதம் ஆறது.'

'ஒரு மாதம் சார்!'

'ஒரு மாதம் போதாதா ராவ்! உங்ககிட்ட இதை முதல்ல ஒப்படைச்சதே தப்புன்னு இப்ப தோணுது. கொஞ்சம் இருங்க, சி.எம் கூப்பிடறாரு. ராவ், நான் உங்ககூட மறுபடி பேசறேன்' என்று போனை வைத்துவிட்டார்.

சாந்தலா அவர் முகத்தையே பார்த்துக்கொண்டிருந்தாள். கவலை ரேகைகள்!

'என்னங்க!'

'யாரையாவது அரஸ்ட் பண்ணுன்னா எப்படி? யாரைப் பண்றது, ரோடில போற பிச்சைக்காரனையா?'

சங்கருக்கு போன் செய்தார். 'சங்கர், அரசியல் முழுசா உள்ள நுழைஞ்சுருச்சு. கேஸ் தலைக்குமேல போய், இப்ப நாம் இரண்டு பேர்ல ஒருத்தரைக் கைது பண்ற நிலையில இருக்கமா! சோமசுந்தர் அல்லது சோனாலி?'

'சார், கேசில ஒரு புதிய திருப்பம் ஏற்பட்டிருக்கு?'

'(சு)சூய்சைடுதானே. யாரும் நம்ப மாட்டாங்க. எண்ட்ரி ஊண்டு தூரத்திலிருந்து சுட்டாப்பலதான் ரிப்போர்ட் இருக்கு. பாத்துட்டேன்.'

'அதில்லை சார். ஒரு விவரத்தை நாம ஓவர்லுக் பண்ணிட்டோம். பாரதிகூட இருந்தாரே முன்னான்னு.. அவளுடைய அத்தை மகனோ, மாமன் மகனோ...'

'ஆமாம்.'

'அவர் பேரு என்னங்கறீங்க?'

'சேகர்னான்.'

'முழுப்பேரு சோமசேகர்! அவருடைய டிபாசிஷனை இன்னிக்குத்தான் பார்த்தேன்.'

'சோமசேகர்?'

'ஆமாம். டாக்டர் சோமசுந்தர் சொன்னார் பாருங்க, என்னை யாரும் 'சோமு'ன்னு கூப்பிட்டதே இல்லைன்னு. அது சரிதான்னு விசாரிச்சுட்டேன்.'

'அப்படின்னா சோமுங்கறது...'

'இந்த முன்னா அல்லது சேகர் எனப்படும் சோமசேகரா இருந்தா?'

'இவருடைய அலிபையைப் பார்த்தமா?'

'இன்னும் இல்லை. பாரதிகூடவே இருந்தான் அந்தப் பையன். ஆறுதல் சொல்லி தலையை தடவிக்கிட்டு. ஞாபகம் இருக்கா? முறைப் பையன். பாரதி மேல ஒரு இது. இப்படி யோசிக்க சந்தர்ப்பம் இருக்கறப்ப...'

'வாங்க' என்றான் முன்னா என்கிற சேகர்.

'மிஸ்டர் சோமசேகர்! அதான உங்க முழுப்பேரு?'

'ஆமா.'

'அதை ஏன் எங்ககிட்ட சொல்லவே இல்லை?'

'நீங்க கேக்கலையே.'

‘உங்களை சில கேள்விகள் கேட்க விரும்பறோம்.’

‘தாராளமா.’

‘உங்களை ‘சோமு’ன்னு கூப்பிடுவாங்களா?’

மௌனம்.

‘ஆனந்த் எப்படிக் கூப்பிடுவார்?’

‘சோமுன்னுதான்.’ சற்று தயக்கத்துடன் கண்கள் சரிய உடனே சுதாரித்துக் கொண்டு, அவன் வசீகரமாகச் சிரித்தான்.

‘என்ன சார் என்னை சந்தேகப்படறீங்களா?’

12

'மிஸ்டர் சோமசேகர், உங்களை ஆனந்த் சோமுன்னு கூப்பிடறது ஒரு முக்கியமான, வலுவான சாட்சியம். அதை நீங்க ஏன் மறைச்சு வெச்சீங்கன்னு தெரியணும். உங்களுக்குத் தெரியுமில்லை, ஆனந்த் இறக்கறதுக்கு முன்னாடி சொன்ன கடைசி வார்த்தை 'சோமு'ங்கறது.'

'தெரியும்.'

'நாங்க அதை வச்சுகிட்டு அவர் கலீக் டாக்டர் சோமசுந்தரத்தைத் துருவித் துருவி கேட்டுக்கிட்டு, அரஸ்ட் பண்றவரைக்கும் போய்ட்டம்ங்கறதும் தெரியுமில்லை?'

'தெரியும்.'

'தெரிஞ்சும் அதைப்பற்றி ஒண்ணுமே தெரியாதது போல் நடந்துகிட்டதுதான் வியப்பா இருக்குது.'

'என்ன பண்ணிருக்கணும்ங்கறீங்க?'

'போலீஸ்கிட்ட இந்த ஒரு விஷயத்தையாவது வந்து சொல்லி உங்க அலிபையை...'

'பாருங்க சார், எனக்கு ஆனந்த் இறந்ததும் அவரை யார் கொன்னதுங்கறதும் இரண்டாம்பட்சமான

விஷயங்கள்தான். எனக்கு முக்கியம் பாரதி. கணவன் இறந்த அதிர்ச்சிகரமான திருப்பத்திலிருந்து மறுபடி பழைய மன நிலைக்கு அவளைக் கொண்டு வரணும். அதுதான் முக்கியமா எனக்குப் பட்டது. என்னைப் போய் நீங்க சந்தேகிச்சீங்கன்னா அதைவிட அபத்தம் இருக்க முடியாது. நானா வாலண்டரியா போன் பண்ணி 'ஆனந்த் என்னை சோமுன்னு கூப்பிடுவார்'ன்னு உண்மைய முன்வந்து சொல்லத் தோன்றலை. ஸாரி. இப்ப என்ன?'

'நீங்க கொலை நடந்த அன்று பெங்களூர்லதானே இருந்தீங்க?'

'ஆமாங்க.'

'அப்ப பாரதி எங்க இருந்தாங்க?'

'மெட்ராஸ்ல அவ தந்தைகூட.'

'பாரதி உங்க முறைப் பெண்தானே?'

'ஓஹோ, இப்படி ஒரு கோணம் இருக்குதோ?'

சோமசேகர் புன்னகைத்தான். தனக்குள் சிரித்துக்கொண்டான். 'அதாவது 'காத்திருந்தவன் பொண்டாட்டியை நேத்து வந்தவன் கொண்டு போய்ட்டான்'ங்கற கோணம். உண்மையை சொல்லப் போனா அதுதான் சார் நடந்தது. நான் பாரதியைக் கல்யாணம் செய்துக்க விரும்பினது என்னவோ உண்மை. அவ என் அக்கா பெண். இந்த மாதிரி கஸின்ஸ் மேரேஜ் பண்ணிகிட்டதால கன்சாங்வினிட்டினால எங்க பேமிலில ரெண்டு உதாரணம். குழந்தைகள் டௌன்ஸ் சின்ட்ரோமோட பிறந்திருக்கு. அதுக்கும் இதுக்கும் சம்பந்தம் இருக்கா தெரியலை. இருந்தாலும் பாரதி யோட அப்பா, எங்க அத்திம்பேர், 'சேகர் பாரதியை உனக்குக் குடுக்கத்தான் விருப்பம். உன்னைவிட என் பெண்ணுக்கு நல்ல மாப்பிள்ளை கிடைக்க மாட்டான். ஆனா உங்கக்கா பயப்படறா' என்றார்.

'பாரதி என்ன சொல்றான்னேன்.'

'நீயே கேட்டுக்க' என்றார். 'நல்ல மனுசர். அந்த அதீத சோகத்தில எத்தனை பலமா இருக்கார் தெரியுமா அவளுக்கு?'

'பாரதியும் பயப்பட்டா. ரத்தத்தில் ஆர் எச் வேற பொருந்தலை. பிறந்த உடனே ரத்தம் கொடுக்க வேண்டியிருக்கும் குழந்தைக்

குன்னாங்க. அதனால் அந்த ஆசையை நடைமுறைக் காரணங்களால ஒதுக்கி வெச்சுட்டு அவகூட நண்பனா பழகினேன். அது ஆனந்துக்கு முழுவதும் தெரியும். சின்ன வயசில செக்ஸ் அது இது எல்லாம் கிடையாது. ரொம்ப ஆரோக்கியமான சினேகிதம். ஒருத்தரை ஒருத்தர் கலாட்டா பண்ணுவோம். கிண்டல் பண்ணுவோம். கிரிக்கெட் விளையாடுவோம். பிக்னிக் போவோம். பாரதிக்கு ஆனந்த் பொருத்தம்தானான்னு எனக்கு சந்தேகம் இருந்தது. அதை கல்யாணம் ஆன ஒரு வருஷம் கழித்துக் கேட்டேன். 'பாரதி, நீ சந்தோஷமா இருக்கியா?'ன்னு. 'இல்லை'ன்னு சொன்னா. அதுக்கு உன்னால என்ன பண்ண முடியும்னு சிரித்துக்கொண்டே கேட்டா!

'ஆராய்ச்சில பிசியா இருந்தாலும் ஆனந்த் நல்ல கணவனாகத்தான் எங்களுக்கெல்லாம் தெரிஞ்சார். பாரதி கர்ப்பமா இருக்கான்னு தெரிஞ்சதும் எங்களுக்கெல்லாம் சந்தோஷமா இருந்தது.'

ப்ரபாகர் ராவ் குறுக்கிடாமல் கேட்டுவிட்டு அவன் கையைக் குலுக்கினார்.

'உங்களுக்குக் கல்யாணம் ஆயிருச்சா?'

'இல்லை. இனிமே ஆகலாம். பொண்ணு பார்த்து வச்சிருக்கேன். பாரதியை!'

ராவ் புறப்பட்டார்.

சங்கர் கேள்வி பதிலைத் தொடர்ந்தார்.

'நீங்கள் சம்பவ தினத்தன்று எங்கிருந்தீர்கள்?'

'பெங்களூரில்தான்' என்றான் சேகர். காலை பல் துலக்கியதிலிருந்து மாலைவரை என்ன செய்தேன் என்று சொல்ல வேண்டுமா?'

'ஆம். கேலியில்லாமல்.'

'சேச்சே. போலீசுக்கு முழுவதும் ஒத்துழைப்பதே என் நோக்கம். காலை எழுந்ததும் நான் கப்பன் பார்க்கில் வாக் போவதுண்டு. லைப்ரரியை ஒரு சுற்று சுற்றிவிட்டு ஹைகோர்ட் கட்டடம் வரை ஓடி விதான் சௌதாவை...'

‘நாங்கள் பெங்களூர் வரைபடம் கேட்கவில்லை. கொலை நடந்த அன்று உங்கள் நடவடிக்கைகள் அனைத்துக்கும் சாட்சியங்கள் இருக்கின்றனவா?’

‘அனைத்துக்கும் என்றால், நான் டாய்லெட் போனதற்குக் கூடவா?’

சங்கர் அவரை முறைத்துப் பார்த்து, ‘நீங்கள் எங்கள் பொறுமையைச் சோதிக்கிறீர்கள். உங்களைக் கேள்வி கேட்பதற்கு வேறு முறைகள் இருக்கின்றன. அதில் கொஞ்சம் வேதனை அதிகம்.’

சோமசேகர் கண்களில் முதன் முறையாக பயரேகை தெரிந்தது. ‘மன்னியுங்கள். நான் தப்பாக ஏதாவது பேசியிருந்தால்...’

‘டாய்லெட் பற்றிய ஜோக் எல்லாம் வேண்டாம். புரிகிறதா?’

‘புரிகிறது.’

‘என்ன வேலை செய்கிறீர்கள்?’

‘ஆட்விஸ்டாவில் காப்பி ரைட்டர். அன்று காலையிலிருந்து மாலை வரை ஆபீஸில்தான் இருந்தேன்.’

‘ஆபிஸ் நேரம்?’

‘காலை பத்திலிருந்து ஒன்று. இரண்டிலிருந்து மாலை ஏழு வரை.’

‘விடுமுறை?’

‘ஞாயிறு.’

‘உங்கள் ஆபீஸ் தனி ஆபீஸா, கேபினா?’

‘கேபின்.’

‘எதிர் கேபினில் யார்?’

‘சரஸ்வதி நாகராஜ். கிராஃபிக் ஆர்ட்டிஸ்ட்.’

‘ஆபீஸ் போன் நம்பர் என்ன?’

‘ஏன்?’

‘ஆபீஸ் போன் நம்பர் என்ன?’

‘365789’

சொல்லும்போதே சுழற்றினார்.

‘மே ஐ டாக் டு மிஸ் சரஸ்வதி நாகராஜ்.’

‘அவளுக்கு ஞாபகம் இருக்குமோ இல்லையோ’ என்று நகத்தைக் கடிக்க ஆரம்பித்தான் சேகர். சங்கர் அவனையே கூர்மையாகப் பார்த்துக் கொண்டிருந்தார்.

‘மிஸ் சரஸ்வதி என் பெயர் சங்கர். நான் சைன்டிஸ்ட் ஆனந்தின் கொலை வழக்கை விசாரித்துக்கொண்டிருக்கிறேன். இது சம்பந்தமாக உங்க ஆபீசில் எதிர் இருக்கையில் உட்கார்ந் திருக்கும் சோமசேகர்...’

‘சோமு இன்னிக்கு ஆபீஸ் வரலியே...’

‘அவர் எனக்கு எதிரே இருக்கார்.’

‘அரஸ்ட் பண்ணியிருக்கீங்களா.’

‘இல்லை.’

‘எதுக்காக என்னைக் கூப்டிங்க.’

‘சம்பவம் நடந்த தினம் அவர் ஆபீஸ்ல இருந்தாரானு தெரிஞ்சுக் கறதுக்கு. நீங்க இங்க வர முடியுமா? இல்லை நாங்க அங்க வர்றம்!’

போனை வைத்த சங்கரின் முகத்தை ஆவலுடன் பார்த்தான் சேகர். ‘என்ன சொல்றா?’

‘அவளுக்கு உங்களைப் பிடிக்காதா? குரலிலேயே விரோதம் தெரியுதே. மேலும் நீங்க இருந்தா சாட்சி சொல்ல மாட்டேன் கிறா?’

‘கோபம் சார். ஆபீஸ்ல ஒரு பிரச்னை. ஒரு பெரிய அக்கவுண்ட் இவ பண்ண மிஸ்டேக்னால கெட்டுப் போச்சு. அதனால அவளை டிபார்ட்மெண்ட் மாத்திட்டேன். அந்த வெறுப்பினால அவ என்மேல புகார்கூடச் சொல்லலாம். சந்தேகம் வரும்படியா சாட்சி சொல்லலாம்.’

‘பயப்படாதீங்க. அதையும் நாங்க கவனிச்சு இன்னொரு சாட்சியையும் விசாரிப்போம். உங்க கம்பெனில கம்ப்யூட்டர் பயன்படுத்துவீங்களா?’

‘எல்லாத்திலயும் கம்ப்யூட்டர்தான்.’

‘நீங்க போகலாம். பெங்களூரைவிட்டு வெளியே போறதா இருந்தா இந்த நம்பர்ல எனக்குத் தகவல் கொடுத்துட்டு க்ளியரன்ஸ் வாங்கிட்டுப் போறது உங்களது பத்திரத்துக்கு உத்தரவாதம்.’

‘நான் பெங்களூரை விட்டு எங்கேயும் போக மாட்டேன். க்ளைண்டைச் சந்திக்க 28-ம் தேதி பம்பாய் போகணும்.’

‘அதுக்குள்ள இந்த விவகாரம் முடிஞ்சுரும்’ என்றார் சங்கர்.

அதே சமயத்தில் ப்ரபாகர் ராவுக்கு ரியாஸ் என்பவரிடமிருந்து போன் வந்தது.

‘என் பெயர் ரியாஸ் அகமத். சிபிஐயின் பெங்களூர் பிரிவில் எஸ்.பி. ஒரு முறை நாம் சி.ஆர்.பி.எஃப் பட்டமளிப்பு விழாவில் சந்தித்துள்ளோம்.’

‘சந்தித்திருக்கலாம். அதைச் சொல்லவா போன் செய்கிறீர்கள்.’

‘இல்லை! டாக்டர் ஆனந்தின் கொலை வழக்கை உங்களிடமிருந்து பொறுப்பேற்றுக்கொள்ளுமாறு எனக்கு மேலிடத்திலிருந்து உத்தரவு வந்துள்ளது. உங்களுக்கும் வந்திருக்குமே.’

‘இல்லை.’

‘டெலக்ஸ் ரூமில் விசாரித்துப் பார்க்கலாம். நிச்சயம் வந்திருக்க வேண்டும். இன்னும் ஒரு மணி நேரத்தில் கேஸ் காகிதங்களை தங்கள் மேசைக்கு வரவழைத்தால் அதைப் பார்வையிட நான் அங்கு வருவேன்.’

‘லுக் ரியாஸ். எனக்கு என் மேலிடத்திலிருந்து உத்தரவு வந்தால் தான் என்னால் செயல்பட இயலும். எங்கள் ஐ.ஜி. டூரில் இருக்கிறார்.’

‘நான் என் மேலிடத்துக்குச் சொல்லி உள்துறை அமைச்சரை உங்களுடன் பேசச் சொல்லட்டுமா?’

‘தேவையில்லை’ என்று போனை வைத்த ப்ரபாகர் ராவின் கோபம் பல்கிப் பெருகியது. யார் இந்த ரியாஸ்! ஒரு சின்ன எஸ்.பி. என்னை ஆணையிடுவதாவது! மீண்டும் போனை எடுக்கும் முன் அவர் போன் அடித்தது.

‘ஏன் சார்! கேஸை சிபிஐகிட்ட கொடு என்றால் கொடுப்பது தானே! எதற்காக தகராறு பண்ணுகிறாய். உன்னால்தான் முடிய வில்லை. விதான் சபையில் என்னைக் கிழிக்கிறார்கள். நீ வேற! குடுத்துருய்யா’ என்று பேசினார் அமைச்சர்.

‘எஸ் சார், எஸ் சார் உடனே சார்!’

‘தொல்லை விட்டது பார். நாம் கை கழுவிவிடலாம் பார்.’

‘என்ன இருந்தாலும்... கர்நாடகா போலீசின் கௌரவம் என்ன ஆவறது...’

‘அதைக் கொண்டுபோய் அல்சூர் ஏரியில் போடு. என்ன, உன்னை நம் ஊருக்கு மாத்திரவா?’

‘வேண்டாம் சார்!’

‘பையன் பொண்ணு எல்லாம் படிக்குதில்ல! சொன்னடி கேளுப்பா!’

மந்திரி போனை வைத்தபின் முகம் தக்காளிச் சிவப்பாகி, அழைப்பு மணியை துன்புறுத்தி சங்கரை அழைக்க, சங்கர் டாக்டர் ஆனந்தின் கேஸ் காகிதங்களுடன் வந்தார்.

‘சார் செக்ரடேரியட்டிலிருந்து போன் வந்தது. யாரோ ரியாஸ்னு.’

‘எல்லாம் தெரியும். பேப்பர்ஸ் எல்லாம் இருக்குதில்ல?’

‘இருக்குது.’

‘அவன் தலைமேல போடு இதை!’

‘யாரு.’

‘ரியாஸ்!’

‘இன்னொரு விஷயம்... ரியாஸுக்கு உதவி செய்ய என்னைக் கேட்டிருக்கார்.’

‘முடியாது.’

‘சரி அப்படியே சொல்லிடறேன்.’

‘உன்னை எப்படித் தெரியும்?’

‘ஐ.பி.எஸ். ஒரே பாட்ச்.’

13

ரியாஸ் அகமத் - ப்ரபாகர் ராவின் சந்திப்பு அத்தனை சுமுகமாக இல்லை. ப்ரபாகர் ராவுக்கு அது தன்மானப் பிரச்னை. நம்மால் கண்டுபிடிக்க முடியாததை இவன் எப்படிக் கண்டுபிடிக்க முடியும்? விவகாரம் அரசியலாக்கப்பட்டதால் சிபிஐ என்கிற மந்திர வார்த்தை! சில நாட்களுக்கு அதன் மேல் எதிர்க்கட்சி கவனத்தைக் கலைக்கும் என்கிற நம்பிக்கையோடுதான் மாநில அரசு சிபிஐயை விளித்திருக்கிறது என்று தீவிரமாக நம்பினார். ஆனால் சிபிஐக்குத் தரும் ஒத்துழைப்பில் ப்ரபாகர் ராவுக்குத் தயக்கம் சற்று அதிகமாகவே இருந்தது.

அதை ரியாஸூம் கவனித்தார்.

ரியாஸ் அதற்காக அதிகம் அலட்டிக்கொள்ள வில்லை. அவர் ஒரு யதார்த்தவாதி. கொடுத்த எந்த வேலையிலும் முழுமையாக ஈடுபட்டு முடிப்பவர்.

'சார், நீங்க இதுவரை செய்துவந்த எல்லா விசாரிப்பு களும் எங்களுக்கு உபயோகமானதுதான். எங்களுக்கு அஸ்திவாரம். நீங்க ரொம்பத் திறமையா இந்த கேசை இதுவரை எடுத்து வந்திருக்கீங்க. நெருக்கடி பண்ணாம இருந்தா, உங்களாலேயே இந்த கேசை

சால்வ் பண்ணித் தர முடியும். எங்களுக்குத் தெரியும்! நீங்க உங்க கடமைய செய்யறாப்பல நாங்க எங்க கடமையைச் செய்யறோம். எங்க டிஜிகிட்டருந்து எனக்கு ஆர்டர் வந்திருக்கு. உங்களுடைய ஒத்துழைப்பு இல்லைன்னா எங்க டிஜி உங்க டிஜிக்கு ஒரு டிஓ லெட்டர் எழுத வேண்டி வரும். அதும் நடக்கலைன்னா சி.எம்முக்கு.'

'வளவளன்னு பேசாதீங்க! உங்களுக்கு என்ன வேணும்?'

'இதுவரை நீங்க கண்டுபிடிச்ச விவரங்கள் எல்லாம் ஒண்ணு விடாம வேணும். நாங்க திரும்ப எதையும் செய்ய விரும்பலை.'

'கேஸ் பைல் எல்லாம்தான் கொடுக்கச் சொல்லிட்டமே?'

'பேப்பர்ஸ் எங்க கைக்கு வரலை. மேலும் அதில உங்ககூட வேலை செய்தார் பாருங்க ஏஎஸ்பி சங்கர், அவரை எங்ககூட ஒரு பத்து நாளைக்கு அனுப்பி வெக்கணும். நாங்க முழுமையா டேக் ஓவர் பண்ற வரைக்கும் அவர் ரெண்டு டிப்பார்ட்மெண்டுக்கும் பாலமாக இருக்கலாம்.'

சங்கரை வரவழைத்துப் பேசினார்.

'சங்கர் அடுத்த வாரம் உங்களுக்கு முக்கியமான ட்யூட்டி இருக்கா?'

'இருக்கு' என்று சொல்வார் என்று எதிர்பார்த்துத்தான் கேட்டார்.

'இல்லை சார்.'

'தசராவுக்கு மைசூர் பந்தோபஸ்துக்குப் போகவேண்டாமா? சி.எம். போறாரே!'

'அதுக்கு நாகராஜ் போறார் சார்.'

'ஓ, அப்படியா! சரி வரச் சொல்றேன். நீங்க போகலாம்' என்றார் ரியாஸிடம்.

ரியாஸ் சென்றதும், 'கஷ்டப்பட்டுக் கண்டுபிடிச்சது நாம். நேத்து வந்த அவங்க க்ரெடிட் எடுத்துப்பாங்களாம். குறைந்தபட்சம், என்ன காட்டணுமோ காட்டுங்க. அதிகம் பட்டும் படாம இருங்க' என்றார்.

வெளியே வரவேற்பறையில் ரியாஸ் காத்திருந்தார். 'என்ன சொன்னார் ப்ரபாகர் ராவ்? ஒத்துழைப்பு தராதேன்னுதானே? எங்களுக்கு இது சகஜம்தான் சங்கர். இது ஈகோ பிரச்னைனால! இந்தக் கேசை நாங்க தீர்த்து வெச்சாலும் முழுப் பாராட்டும் உங்களுக்குத்தான்.'

'இப்ப உங்களுக்கு என்ன வேணும்?'

'டாக்டர் ஆனந்தோட போஸ்ட் மார்ட்டம் ரிப்போர்ட்.'

'ஆபீசுக்கு வரீங்களா? காப்பி தரேன்.'

'காப்பி, காஃபி ரெண்டும் வேணும்' என்றார் ரியாஸ்.

'நாம ரெண்டு பேரும் ஒரே பாட்ச். எதுக்காக விரோதிகள் மாதிரி நடந்துக்கணும்?'

போஸ்ட்மார்ட்டம் ரிப்போர்ட்டைப் பார்த்த ரியாஸ் வெகு நேரம் யோசனையில் ஆழ்ந்தார்.

'என்ன யோசிக்கறீங்க? தற்கொலையா இருக்கும்னா?'

'இல்லை! இந்த ரிப்போர்ட்டில விநோதமா ஒண்ணு இருக்கே கவனிச்சீங்களா? இறந்து போனபோது ஆனந்த் கால்ல ஷூ போட்டிருந்தார்.'

'அவார்டு பங்கஷனுக்குக் கிளம்பியிருக்கார்.'

'அதுக்கில்லை! அந்த ஷூவில லேசா உப்பு இருந்ததா கெமிக்கல் ரிப்போர்ட்ல இருக்குதே கவனிச்சீங்களா?'

'கவனிச்சோம்.'

'அதுக்கு என்ன விளக்கம்?'

'இதை நாங்க ரொம்ப விவாதித்தோம். கடைசில இறந்து போறதுக்கு முன்னாடி பயத்தில சில பேர் மூத்திரம் அடிச்சுரு வாங்க. அது ஷூல பட்டு காஞ்சு போயிருக்கலாம்னு யோசிச்சோம். மேலும் ஆனந்த் லாப்ல எவ்வளவோ கெமிக்கல்ஸ் இருக்கு! அது சிந்திருக்கலாம்னு...'

ரியாஸ் யோசித்தார். 'இருக்கலாம்! இருந்தாலும் இதை மனசில் ஓரத்தில் போட்டு வெச்சுக்கலாம்!' ரியாஸ் ஒரு சிறு குறிப்புப்

புத்தகத்தில் '1. காலணியில் உப்பு' என்று எழுதி அதன் பக்கத்தில் ஒரு கேள்விக்குறி இட்டார்.

'ஆனந்தோட உடம்பில் போராட்டத்துக்குரிய எந்த அடையாள மும் இல்லை. அதைக் கவனிச்சீங்களா?'

'அதான் முக்கியமான எவிடன்ஸ். தெரிஞ்ச ஆளு கொன்னிருக் கான். அல்லது சட்டென்று எதிர்பாராமக் கொன்னிருக்கலாம்! கொன்னது அன்னியன் இல்லை. தெரிஞ்சவன். அன்னிக்கு ஆனந்தை வந்து பார்த்தவங்களை எல்லாம் ஒவ்வொருத்தரா கிளியர் பண்ணோம்.'

'யார் யாரை?'

'அவருடைய கலீக் டாக்டர் சோமசுந்தரம். அப்புறம் சோனுன்னு ஒரு பொண்ணு. அப்புறம் சமீபத்தில ஆனந்துடைய மனைவி யுடைய உறவுக்காரப் பையன் சோமசேகர்னு. பாருங்க எல்லாருக்கும் பொதுவா சோமு, அல்லது சோனுன்னு...'

'ஆமா, வாட் இஸ் திஸ்?'

'ஆனந்த் இறந்தபோது அவர் 100-ஐக் கூப்பிட்டுச் சொன்ன ஒரே வார்த்தை சோமு அல்லது சோனு!'

'ஓ அப்படியா! வெரிகுட்! அதனால சோமு, சோனு எல்லாரையும் பார்த்துட்டிங்க, அப்படித்தானே?'

'ஆமாம்.'

'எதாவது பாசிட்டிவாத் தெரிஞ்சதா?'

'இல்லை. கடைசில ஒரு லீடு. கொஞ்சம் தீவிரமா தொடர்ந்து கிட்டு இருந்தப்ப நீங்க வந்துட்டீங்க.'

'சோமசுந்தர், சோமசேகர், சோனாலி வேற ஏதாவது சோமு?'

'இல்லை.'

ரியாஸ் குறிப்புப் புத்தகத்தில் வேறு ஏதேனும் சோமு என்று எழுதி இரண்டு கேள்விக்குறிகளை அதனருகில் வைத்தார்.

'துப்பாக்கியைப் பத்திப் பேசலாம்.'

'துப்பாக்கி கொஞ்சம் தண்ணி காட்டிருச்சு. பால்லிஸ்டிக் ரிப்போர்ட்படி துப்பாக்கிக் குண்டு வெளிப்பட்ட துப்பாக்கியை பக்கத்து வீட்டில ஜமதக்னிங்கறவர் வீட்டுக் கிணத்திலிருந்து எடுத்தோம். கொலைகாரன் அதில போட்டுட்டுப் போயிருக் கான். அந்த வகை துப்பாக்கியை சோனுங்கற பெண் பெங்களூர் ஆர்மரியில வாங்கியிருக்கா. அவளை விசாரிச்சதில ஆனந்த்தான் தனக்குச் சமயம் இல்லாததால் தன்னை வாங்கிட்டு வரச் சொன்னார்னு தெரிவிச்சா. முதல்ல துப்பாக்கி வாங்கினதையே மறுத்துட்டா. அப்புறம் பயந்துபோய்...'

'ஒத்துக்கிட்டாள்.'

'அதனால ஆனந்தைக் கொன்னவனுக்கு ஆனந்த்கிட்ட அந்தத் துப்பாக்கி இருந்திருக்கிறது தெரிஞ்சிருக்கணும்.'

'நல்ல லாஜிக். இதைப் பத்தி ஆனந்த் மனைவிகிட்ட விசாரிச் சீங்களா?'

'இன்னும் இல்லை.'

'நான் சந்திக்கிறேன் அவங்களை. அதுக்கப்புறம்?'

'ஆனந்த் என்ன ரிசர்ச் பண்ணிட்டு இருந்தார். அது தேசத்துக்கு முக்கியமா? அதில ஏதாவது நாட்டின் ரகசியங்கள்? எனிதிங் சென்சிட்டிவ்?'

'ஆனந்த் தன் டைரக்டருக்கு ஓர் ஆராய்ச்சிக்கு உரிய ப்ரபோசல் கொடுத்திருக்கார். அது நிராகரிக்கப்பட்டதால அவருக்கு ரொம்பக் கடுப்பு! அவருடைய ஐடியாவை டாக்டர் சோமசுந்தர் திருடி ஆர்யபட்டா அவார்டு வாங்கிட்டதா டைரக்டர்கிட்டயே சண்டை போட்டிருக்கார்...'

'கொலைக்கு உண்டான காரணம் இன்னும் தெளிவாகலை. அதான் இந்த கேஸ்ல பிரச்னை. நீங்கள் கண்டுபிடிச்ச காரணங்கள் எல்லாமே அரைக் காரணங்கள்தான். கொலை வரை போறதுக் கான வலுவான காரணங்கள் இல்லை' என்றார் ரியாஸ்.

'அப்ப இதுவரை சிந்திக்காத ஒரு காரணம் இருக்கலாம்ங்கறீங்க?'

'இருக்கலாம்! வாங்க முதல்ல மனைவியைப் போய்ப் பார்க்கலாம்.'

அவர்கள் சென்றபோது சேகர் வீட்டில் இருந்தான். சேகர் புன்னகையுடன் வரவேற்றான். 'போலீசுக்கு எல்லாவிதத்திலயும் ஒத்துழைக்க விரும்பறோம்.'

'இவர் ரியாஸ்னு சிபிஐ ஆபீசர்.'

'பேப்பர்ல பார்த்தேன். கேசை சிபிஐகிட்டே ஒப்படைச்சிருக்கிறதா. என்ன கேக்கணும்?'

'உங்களை இல்லை, அவங்களை.'

'உடம்பு சரியில்லை. ரெண்டு நாள் விட்டு வர முடியுமா?'

'ஒரே ஒரு கேள்விதான் கேக்கணும். துப்பாக்கியைப் பத்தி.'

'என்னைக் கேளுங்களேன்.'

'இல்லை அவங்களை' என்றார் ரியாஸ் அழுத்தமாக.

அப்போதுதான் உள்ளே வந்த பாரதி வெளிர் மஞ்சள் நிறத்தில் சாரி அணிந்து நெற்றியில் லேசாகப் பொட்டிட்டிருந்தாள். கையில் Demon Haunted World என்கிற புத்தகத்தைப் பார்த்தார். 'எனக்குக் கூட கார்ல் சாகன் பிடிக்கும்.'

முகம் சற்றுத் தெளிந்திருந்தது.

'அப்பா கொடுத்தார். ஏதோ புத்தகம் படிக்கணுமேன்னு படிக்கிறேன். எதிலும் இப்போது ஆர்வமில்லை' என்றாள்.

'மிஸஸ் ஆனந்த். உங்க கணவர் எப்பவாவது துப்பாக்கி வாங்கினதைப் பத்தி உங்ககிட்ட சொல்லியிருக்காரா?'

'துப்பாக்கியா?' பாரதி சேகரைப் பார்த்தாள்.

'துப்பாக்கி வச்சிருந்தானா? எனக்கு ஞாபகம் இல்லையே?'

'இது முக்கியமான தகவல்ங்க. சரியா யோசிச்சு நிதானமா ஞாபகப்படுத்திக்கொண்டு சொல்லுங்க. உங்க கணவரைக் கொன்ன துப்பாக்கி அவரே வாங்கினதுங்கறது எங்களுக்கு பால்லிஸ்டிக் ரிப்போர்ட்லருந்து தெரிய வருது.'

'வச்சிருந்தார்! நான்கூட அது எதுக்குன்னு கேட்டப்ப, ஆராய்ச்சிக்குத் தேவைப்படுதுன்னார்.'

‘வீட்லயே வெச்சிருந்தாரா?’

‘ஆமாம்.’

‘எங்க வெச்சிருந்தார்?’

‘அவருடைய அறைல டிராயர்ல.’

‘தாங்க்ஸ்! இது எங்களுக்கு ரொம்ப முக்கியமான தகவல். இனி உங்களைத் தொந்தரவு பண்ண மாட்டோம். வாங்க சங்கர்!’

சங்கர் அலுவலகத்துக்கு வந்ததும் அவருக்கு போன் வந்தது.

‘யாரோ சேகராம். மூணு முறை போன் பண்ணிட்டார்.’

‘சார், நான்தான் சேகர் பேசறேன். உங்ககிட்ட ஒரு முக்கியமான விஷயம் சொல்ல விரும்பறேன்.’

‘என்ன?’

‘ஆனந்தை நான்தான் கொன்னேன்’ என்றான்.

14

சங்கருக்கு அந்தச் செய்தியை எப்படிப் பயன் படுத்துவது என்பது முதலில் தெளிவில்லாமல் இருந்தது, சி.பி.ஐ. அதிகாரி ரியாஸிடம் அதை முதலில் சொல்லவேண்டுமா? இல்லை ப்ரபாகர் ராவிடம்தான் சொல்வது என்று தீர்மானித்தார். அதுதான் கிரமம். ப்ரபாகர் ராவ்தான் இந்த கேசில் ஆரம்பத்திலிருந்து மன்றாடியவர். அவரிடம் முதலில் சொல்வதுதான் நியாயம்.

போனை எடுத்து அவரை வீட்டில் கூப்பிட்டார். 'அந்த ரியாஸ் ரொம்ப லக்கி சார். விசாரிக்கத் தொடங்குவதற்கு முன்னாலேயே கேஸ் சால்வ் ஆயிடுச்சு.'

'என்ன சொல்ற சங்கர் நீ?'

'சேகர் ஒப்புக்கிட்டான் சார், தான்தான் கொலை செய்ததா!'

'சேகரா? ஆச்சரியமா இருக்குதே?'

'பொதக்குன்னு விழுந்திருச்சு. ஆனந்தின் மனைவி பாரதியை விசாரிக்கப் போனோம். அங்க சேகர் இருந்தான். ஆனந்த் துப்பாக்கி வாங்கினது உங்களுக்குத் தெரியுமான்னு ரெண்டு பேரையும்

கேட்டோம். அப்பவே அவன் முகம் மாறிடுச்சு... என்னவோ தெரியலை, ஆபீஸ் வரேன். ஃப்ராண்டிக்கா ரெண்டு மூணு தடவை போன்ல கூப்பிட்டு குற்றத்தை ஒப்புக்க விரும்பறேன்னு சொல்லிட்டான். இப்ப இதை ரியாஸ்கிட்ட சொல்றதுக்கு முன்னாடி உங்ககிட்ட சொல்றதுதான் நியாயம்னு பட்டுது. நீங்கதான் ஆரம்பத்திலிருந்தே இதை விசாரிச்சீங்க!'

'தாங்க் யு சங்கர். ரியாஸ்கிட்டயே அதைச் சொல்லிடு. அந்தாளே மேற்கொண்டு விசாரிக்கட்டும். எனக்கு வேற ட்யூட்டி போட்டுட் டாங்க. மேலும் என்னால முடியலைன்னு சொன்னவங்க, தானாகவே உணர்ந்துக்கிட்டு என் பொறுப்பில் நடந்த விசாரணை யின் கடைசி விளைவுதான் - முடிவுதான் இதுன்னு உணரட்டும்.'

'அதை ரியாஸ் கட்டாயமாச் சொல்வார்ன்னு நினைக்கிறேன். அந்தாளைப் பார்த்தா மற்ற பேர் பாராட்டை தான் ஏற்றுக்க விரும்பறவராத் தெரியலை. சிஸ்டமாட்டிக்கா திங்க் பண்றார்! லூஸ் எண்ட்ஸே கூடாதுங்கறார், உங்க மாதிரி!'

'பார்க்கலாம்!'

ரியாஸ் இரவு எட்டு மணிக்கும் அலுவலகத்தில் இருந்தார். 'ரியாஸ்! கேஸ் முடிஞ்சுருச்சு' என்றார் சங்கர்.

'எப்படி?'

'உங்க அதிர்ஷ்டம்னுதான் சொல்லணும். சோமசேகர், தான் கொலை செய்ததா போன்ல ஒப்புக்கிட்டான்.'

'இப்ப அவனைச் சந்திச்சு வாக்குமூலம் வாங்கப் போறேன். நீங்க வரீங்களா?'

'நான் இல்லாமயா?' என்றார் ரியாஸ்.

ஜீப்பில் போகும்போது, 'சோமசேகர் பத்தி மேல் விவரங்கள் சொல்லுங்க சேகர். நான் இன்னும் ஃபைலைப் பார்க்கலை.'

'ஃபைல்ல அவன் பேரே இருக்காது. முழுக்க முழுக்க ஒரு ஆச்சரியமான எதிர்பாராத திருப்பம் இது. சோமசேகர். ஆனந்தின் மனைவியுடைய உறவு. ஒரு மாதிரி முறைப் பையன்னு வெச்சுக்கலாம். பாரதியுடைய தந்தை, கிட்டத்து உறவில் சம்பந்தத்தை விரும்பாததினால அவனை பாரதி கல்யாணம் பண்ணிக்கலைனு தெரியுது.'

'அதற்காக ஆனந்தை எதற்குக் கொல்லணும்?'

'விசாரிக்கணும்' என்றார் சங்கர்.

சோமசேகர் கொடுத்திருந்த விலாசம், மல்லேசுவரத்தில் ஐந்தாவது கிராஸின் அருகில் ஒரு ப்ளாட். வாசலில் உற்சாக மாகப் பேசிக்கொண்டிருந்தவர்கள், போலீஸ் ஜீப் வந்ததும் பேச்சை நிறுத்திவிட்டனர்.

சேகர் பதற்றமில்லாமல் காத்திருந்தான். சிறிய பையில் இரவு மாற்று உடை வைத்திருந்தான். தயார் நிலையில் தலைவாரி, தன்னை அலங்கரித்திருந்தான்.

'உங்களுக்குத்தான் காத்துக்கிட்டு இருக்கேன். போலாமா?'

'மிஸ்டர் சேகர், யு வாண்டு டு மேக் எ ஸ்டேட்மெண்ட்?' என்றார் ரியாஸ்.

'ஸ்டேட்மெண்ட் இல்லை. கன்பெஷன். குற்ற ஒப்புதல். ஆனந்தை நான்தான் கொன்றேன் அன்றைக்கு.'

'எதற்காக? காரணம் சொல்ல முடியுமா?'

'காரணம், நான் பாரதியை நேசித்ததுதான். ஏன், காதலித்தது தான்.'

அவன் கண்களில் இயல்பாகக் கண்ணீர் நிறைந்தது. 'அவளை அவன் நடத்திய விதம் சரியில்லை. எனக்கு மனைவியாகப் போகிறாள் என்று சிறுவயதிலிருந்தே எண்ணியிருந்தவளை மிகவும் அலட்சியப்படுத்தி, கொடுமைப்படுத்தி, கவனிக்காமல் தனிமையில் வாட விட்டது. ஆராய்ச்சி ஆராய்ச்சி என்று கருவுற்ற வளுக்குச் சரியான கவனம் - பராமரிப்பு இல்லாமல் அவளை வாட வைத்து, அழ வைத்து... அந்த விவரங்களைச் சொன்னால் நீங்களே அவனைக் கொன்றிருப்பீர்கள். அதிர்ச்சி அடைவீர்கள்.'

'சொல்லுங்கள் பரவாயில்லை.'

'எனக்கு ஆனந்த் துப்பாக்கி வைத்திருந்தது தெரியும். அதை எங்கே வைத்திருந்தான் என்பதும் தெரியும். ஆர்யபட்டா அவார்டு விழாவுக்கு அவன் கிளம்பும் தருணத்தில் நான் அங்கே சென்றிருந்தேன். 'நீ பாரதியை நடத்தும் விதம் சரியில்லை. அவளுடைய ஆரோக்கியத்துக்கும் பத்திரத்துக்கும், உறவினன்

என்கிற முறையில் நான் பொறுப்பு' என்று சொன்னேன். அவன் அன்று தனக்கு அவார்டு கிடைக்கவில்லை; தன் ஆராய்ச்சிக் கருத்தை யாரோ பயன்படுத்தி விட்டார்கள் என்கிற கோபத்தில் இருந்தான். அதனால் என்னைக் கன்னாபின்னாவென்று பேசினான். பாரதியுடன் நான் கள்ள சகவாசம் வைத்திருப்ப தாகவும் பாரதியின் வயிற்றில் வளரும் குழந்தை தன்னுடையதா என்று இப்போது சந்தேகம் வருவதாகவும் பேசினான். அதனால் தான் அவளைக் கவனிக்கவில்லை என்று பைத்தியக்காரன் போல் பேசினான்.'

'அப்போது பாரதி இருந்தாளா?'

'இல்லை. சென்னையில் இருந்தாள். நான் உணர்ச்சிவசப்பட்டு, மிகுந்த கோபத்தில் அவனைச் சுட்டுவிட்டேன்.'

'அதன் பின்?'

'வெளியே வந்து அந்தத் துப்பாக்கியை எதிர்வீட்டுக் கிணற்றில் போட்டுவிட்டேன்.'

ரியாஸ் சேகரையே பார்த்துக்கொண்டிருந்தார்.

'மிஸ்டர் சேகர், உங்களுக்கு ஒரு லாயரின் உதவி தேவைப்படும். நீங்கள் இப்போது சொன்னதை அப்படியே ஒரு ஸ்டேட்மெண் டாக எடுத்துக்கொண்டால் அதைப் பின்னர் நீங்கள் மறுக்கக் கூடாது. அதற்காக.'

'அதெல்லாம் தேவையில்லை. ஆனந்தை நான்தான் கொன்றேன். அதற்கான தண்டனையை அனுபவிக்கவே விரும்புகிறேன்.'

'உங்கள் விரல் ரேகையை எடுத்துக்கொள்ளலாமா? நீங்கள்தான் சுட்டீர்கள் என்றால் துப்பாக்கியில் உங்கள் விரல் ரேகை அடையாளம் இருக்கவேண்டுமல்லவா?'

'இருக்கலாம். ஆனால் ட்ரிக்கரில் என் கைக் குட்டையால் துடைத்தது ஞாபகம் வருகிறது.'

'இல்லை. சில விரல் அடையாளங்கள் எங்களுக்குக் கிடைத்திருக் கின்றன.'

'நான் தாராளமாக என் விரல் ரேகையைப் பதிவு செய்து தருகிறேன்.'

‘சேகர், எங்களுக்கு வியப்பாக இருக்கிறது. திடீர் என்று குற்றத்தை ஒப்புக்கொள்ள எப்படித் தீர்மானித்தீர்கள்? எந்த விதத்திலும் நாங்கள் உங்களைச் சந்தேகப்படாது இருக்கும்போது எங்கள் வேலையை எளிதாக்கி விட்டீர்கள்!’

‘நீங்கள் இன்று பிற்பகல் பாரதியிடம் வந்து ஆனந்தின் துப்பாக்கி பற்றி எங்களிடம் விசாரித்தபோது, சிபிஐ. தீவிரமாகக் கேசை எடுத்துக்கொண்டு விசாரிக்கப் போகிறது என்று செய்தி வந்த போது, இனி அவர்கள் மெல்ல மெல்லக் கண்டுபிடித்து என்னிடம் வருவதற்கு அதிக நாட்கள் இல்லை என்று தெளிவாகத் தெரிந்து விட்டது. இனியும் கொலைக் குற்றத்துடன் அதை மூடி மறைத்த குற்றத்தையும் செய்ய விரும்பவில்லை. அதற்கு என் மனச்சாட்சி இடம் கொடுக்கவில்லை. நான்தான் ஆனந்தைக் கொன்றேன். நான்தான் நான்தான். அவன் மிகச் சிறந்த விஞ்ஞானியாக இருக்க லாம். ஆனால் ஒரு மோசமான கணவன். பாரதியை அவன் வீணடித்த விதத்தை இனியும் என்னால் பார்த்துக்கொண்டிருக்க முடியவில்லை. அதனால்தான் கொன்றேன். எழுதிக் கொடுத்து விடுகிறேன்.’

‘சங்கர்! இவரை போலீஸ் கஸ்டடியில் வைத்துக் கொள்ளலாமா? சேகர், நீங்கள் ஒரு லாயரைக் கலந்தாலோசிப்பது நல்லது. உங்கள் ஸ்டேட்மெண்ட்டை அவர்கிட்ட கலந்தாலோசித்துக் கொடுங்க. மேலும்... பாருங்க, நீங்க எங்ககிட்ட ஒத்துக்கறது ஸிஆர்பிஸி படிச் செல்லாது. அதை நாங்க ரெகார்ட் பண்ணிக்கவும் மாட்டோம். இது எக்ஸ்ட்ரா ஜுடிஸியல் கன்பெஷன் ஆயிரும். காலைல நல்லா யோசிச்சு வையுங்க. ஒரு மாஜிஸ்ட்ரேட் முன்னால செக்ஷன் 164 படி வாக்குமூலம் கொடுக்க ஏற்பாடு செய்யறோம்!’ என்ற ரியாஸ், ‘அதுவரை இவருக்கு ஒரு வாரண்ட் ஆஃப் அரஸ்ட் தயார் செய்யுங்க. மாஜிஸ்ட்ரேட்டுக்கு ஏற்பாடு செய்யுங்க!’ என்றார் சங்கரிடம்.

‘அதுக்குள்ள நான் தப்பிச்சுப் போய்ட்டா?’

‘போக மாட்டிங்க. உங்க மேல நம்பிக்கை இருக்குது’ என்றார் ரியாஸ்.

சங்கர் ரியாஸை வினோதமாகப் பார்த்தார்.

‘எதுக்கும் ஒரு லாயரைக் கலந்தாலோசிக்கிறது உங்களுக்கு நல்லது. எங்களுக்கும் நல்லது’ என்றார் ரியாஸ்.

‘சரி. நாங்க வரட்டுமா!’

சேகர், 'நானும் உங்ககூட வரேன்' என்றான்.

'ஏன்?'

'எனக்கு இந்த இரவு தனியாக இருக்க விருப்பமில்லை.'

'யாருக்காவது பயப்படுகிறீர்களா?'

'இல்லை. மனம் மாறி, சொன்னதையெல்லாம் வாபஸ் வாங்கி விடுவேனோ என்று பயப்படுகிறேன்.'

'அது சாத்தியமாகத் தோன்றவில்லை.'

'எனக்கு அதற்கு எப்படிப்பட்ட தண்டனை கிடைக்கும்? மரண தண்டனையா?'

'உணர்ச்சி வசப்பட்ட ஒரு கணத்தில் முன் தீர்மானம் இல்லாமல் கொன்றீர்கள் என்றால் மேன்ஸ்லாட்டரில் சிறைத் தண்டனை தான் கிடைக்கும்.'

'எத்தனை வருஷம்?'

'சொல்ல முடியாது. ஏழு எட்டு வருஷம்.'

'என்ன தண்டனையாக இருந்தாலும் அனுபவிக்கிறேன்' என்றான்.

'சேகர் யு மஸ்ட் ஸி எ லாயர். போலீசைத் திசை திருப்புவதும், தப்பான தகவல் தருவதும் ஒரு குற்றம்!' என்றார் ரியாஸ்.

'புரியவில்லை! நான் எதற்காக உங்களுக்குத் தப்பான தகவல் தருவேன்? குற்றத்தை நேரடியாக ஒப்புக்கொள்கிறேன்.'

'சேகர் ரொம்பக் குழப்பத்தில் இருக்கிறீர்கள். காலை சந்திக்கலாம். உங்கள் வாக்குமூலத்தை ஒரு மாஜிஸ்ட்ரேட் முன்னிலையில் கொடுக்கவேண்டும். அதற்காக ஏற்பாடு செய்றோம்' என்றார் ரியாஸ்! 'சங்கர், போகலாம் வாருங்கள்!'

'நான் கூட வருகிறேனே, பயமாக இருக்கிறதே!'

'மிஸ்டர் சேகர்!' என்று அழுத்தமாக அவர் கையைப் பிடித்து 'நீங்கள் எதற்கும் பயப்படவேண்டாம்!'

'நீங்கள் எங்கே போகிறீர்கள் என்று தெரிய வேண்டும்!'

'ஷட் அப் மேன்!' என்று அதட்டினார்.

15

சோமசேகரின் நடத்தை தொடர்ந்து வினோதமாகவே இருந்தது. சங்கர் அவன் விரல் ரேகைகளைப் பதிவு செய்ய அனுமதி கேட்டபோது, உடனே சம்மதித்தான். சங்கரின் அலுவலகத்தில் பதிவு செய்யப்பட்டு, உடனே சிஓடியின் விரல் ரேகைப் பிரிவுக்கு அனுப்பப்பட்டது. ஆனந்தைக் கொன்ற துப்பாக்கியில் ஏற்கெனவே சில விரல் அடையாளங்கள் இருந்தன. அவை இதுவரை சந்தேகப்பட்ட சோமசுந்தர், சோனாலி, ஜமதக்னி எவருடனும் பொருந்தவில்லை என்பது ஒரு கேள்விக்குறியாகவே இருந்து வந்தது. அதனால்தான் தீர்மானமாக எவரையும் கைது செய்ய முடியவில்லை. இப்போது சேகரின் பிரதிகளும் பத்தோடு பதினொன்றாகச் சேர்ந்துகொள்ளப் போகின்றன என்றுதான் சங்கர் எதிர்பார்த்தார்.

லாபிலிருந்து வந்த ரிப்போர்ட் அவருக்கு அதிர்ச்சியளித்தது. சேகரின் விரல் ரேகைகள் அந்தத் துப்பாக்கியில் பதிந்திருந்த ரேகைகளுடன் பொருந்தின.

சங்கர் இந்தச் செய்தியை ரியாஸிடம் சொன்னபோது அவரும் முதலில் தடுமாறிப் போனார்.

'சேகர் சொன்னது நிஜம்னு ஆய்டுச்சு. அவன்தான் கொன்னிருக்கான்.'

'ஆமாம் ரியாஸ். அவனைக் கைது பண்ணிட வேண்டியதுதான். இவனை எப்படி சந்தேக லிஸ்ட்ல சேர்க்காம விட்டோம்? தெரியலை. போலீஸ் முகத்திலயே கரி பூசிட்டான். 'உங்களால நான்தான் கொன்னேன்னு கண்டுபிடிக்க முடியலை. நானா முன்வந்து குற்றத்தை ஒப்புக்கறேன்'னு! இந்த மாதிரி கேஸ் இந்திய போலீஸ் சரித்திரத்திலேயே முதல் தடவைன்னு நினைக்கிறேன்.'

ரியாஸ் ஆழ்ந்த சிந்தனையில் இருந்தார். 'இவன் ஏன் ஒத்துக்கிட்டான்ங்கறது இன்னும் உறுத்துது சங்கர்.'

'பயம்தான். அவன் சொன்ன காரணம் ஏற்றுக்கொள்ளும்படியாக இருக்கு. 'போலீஸ் ஒண்ணும் அவ்வளவு முட்டாள்களில்லை. எப்படியும் கண்டுபிடிச்சுருவாங்க. அதனால நாமே ஒத்துக்கிட்டா மேன்ஸ்லாட்டர்ல கொஞ்ச நாளில் வெளிய வந்துரலாம்'னு!'

'அவன் ஏதும் வக்கீலைக் கலந்து பேசினதாத் தெரியலையே?'

'பண்ணியிருப்பான். நம்மகிட்ட சொல்லியிருக்க மாட்டான். நிச்சயம் ஒரு தேர்ந்த வக்கீலின் உதவியோடதான் இந்த கன்ஃபெஷனுக்கு ஒத்துக்கிட்டு இருக்கான்னு நினைக்கிறேன்.'

'கேஸ் முடிஞ்சு போச்சுங்கறீங்க?'

'நிச்சயமா' என்றார் சங்கர்.

'அப்ப அரஸ்ட் வாரண்ட்டுக்கு ஏற்பாடு பண்ணிருங்க. சேகர் வீட்டிலதானே இருக்கான்?'

'இல்லை, நம்ம அலுவலகத்திலேயே பழி கெடக்கான்!'

'ஆச்சரியம்! ரொம்ப ஆச்சரியம்!'

சேகர் ஷேவ் பண்ணாத முகத்துடன் சங்கரின் அலுவலகத்தில் காத்திருந்தான்.

'என்ன சார், அரஸ்ட் பண்ணப் போறீங்களா, இல்லையா?'

‘ஆமாங்க. உங்க விரல் ரேகை துப்பாக்கில இருக்குது. சேகர், நான் உங்ககூடக் கொஞ்சம் பேசணும்.’

‘பேசுங்க’ என்றான்.

‘உண்மையைச் சொல்லுங்க. நீங்கதான் இந்தக் குற்றத்தைச் செய்தீங்களா... அல்லது...’

‘அல்லது?’

‘எவனாவது மற்றொரு ஆசாமி செய்த குற்றத்தை மறைக்கறீங்களா?’

‘இல்லை. நான் எதையும் யாரையும் மறைக்கலை. என் மனசில முதல்ல தப்பிச்சுக்கலாம்னு யோசிச்சிட்டுருந்தேன். எப்படியும் நான் மனச்சாட்சி - கடவுள்கிட்டருந்து தப்பிக்க முடியாதுன்னு தெளிவு வந்தப்புறம்...’

‘அதையே திருப்பித் திருப்பிச் சொல்றீங்க. ஆனந்த் ஏதாவது சட்ட விரோதமான காரியம் செய்றதுக்காக அவரை யாரும் அணுகினார்களா? வெளிநாட்டிலிருந்து அல்லது உள்நாட்டிலிருந்து? இது விஷயம் ஏதாவது தெரியுமா உங்களுக்கு?’

‘தெரியாது. என் காரணம் ரொம்ப எளிய காரணம் சார். பாரதியை அவன் கொடுமைப்படுத்தினதுக்காக...’

‘சொன்னீங்க.’

‘பாரதிகிட்ட இதைச் சொல்லிட்டிங்களா?’

‘எதை?’

‘குற்றத்தை ஒப்புக்கிட்டதை...’

‘இல்லை.’

‘ஏன்?’

‘அந்த ஷாக்கை அவ தாங்கிக்க மாட்டா. தயவு செய்து அதை மட்டும் செய்யாதீங்க. இதை அவகிட்ட இப்ப சொல்லாதீங்க’ என்று கெஞ்சினான்.

சேகரை பாதுகாவலுடன் அருகாமை காவல் நிலையத்தில் இருக்குமாறு செய்துவிட்டு, ரியாஸ், 'சங்கர், வாங்க. ஒரே ஒரு விஷயம்தான் இந்த கேஸ்ல பாக்கி.'

'என்ன பாக்கி? எல்லாம்தான் தெளிவாயிருச்சே?'

'சட்டுனு ஞாபகம் வரலை' என்றார் ரியாஸ். 'வாங்க பாரதியைப் போய் பார்த்துரலாம்.'

சங்கர் அவரைத் தயக்கத்துடன் பார்த்தார். 'ரியாஸ், அவங்ககிட்ட சொல்லவேண்டாம்னானே சேகர்! அதுக்கு மதிப்புக் கொடுக்க வேண்டாமா?'

'வேண்டாம். வாங்க. எனக்கென்னவோ இவன் யாரையோ ப்ரொட்டெக்ட் பண்றான்கற சந்தேகம். இவனே கொன்னிருந்தா இவன் சொல்ற காரணம் சரியில்லை. வேற யாரோ நியமிச்சுத் தான் கொன்னிருக்கணும்.'

'அதை பாரதிகிட்டருந்து எப்படி?'

'வாங்க, பார்க்கலாம்.'

பணசங்கரி வீடு பூட்டியிருந்தது. எதிர் வீட்டில் விசாரித்தபோது, 'அவங்கள்ளாம் வேற வீட்டுக்குப் போய்ட்டாங்களே!' என்று சொன்னார்கள்.

'அட்ரஸ் இருக்குமா?'

'லெட்டர்ஸ் வந்தா ரிடைரக்ட் பண்ண கொடுத்துட்டுப் போயிருக் காங்க.'

ராஜேஸ்வரி நகரில் கோயில் பக்கத்தில் தனியான இரண்டு கிரவுண்ட் இடத்தில் விஸ்தாரமாகக் கட்டிய பெரிய வீடு. மாடியும் கீழுமாக நவீன முறையில் கட்டப்பட்டு உறை பிரிக்காத பரிசுப் பொருள்போல இருந்தது. ரியாஸும் சங்கரும் வராந்தா வில் காத்திருக்க, சற்று நேரத்தில் பாரதியின் தந்தை வந்தார்.

'கோவிலுக்குப் போயிருக்கிறாள். இருங்க வந்துருவா. என்ன விஷயம்? ஏதாவது கண்டுபிடிச்சிங்களா? நாட் தட் வி கேர்.'

'இந்த வீடு உங்களுதா?'

'இல்லை. ஆனந்த் வாங்கின வீடு. செத்துப் போறதுக்கு ஒரு மாசம் முன்னாடிதான் பதிவாச்சு. என்ன சோகம் பாத்தீங்களா?'

'பெரிய வீடு!'

'மொத்தம் இரண்டாயிருத்து ஐநூறு சதுர அடி வரை கட்டிருக்கு. மாடில ரெண்டு பெட்ரூம். கீழ பெரிய ஹால். இத்தனை பெரிய வீட்டில என் மக எப்படித் தனியா இருப்பா? டிஸ்போஸ் பண்ணிடறதுன்னு தீர்மானிச்சாச்சு.'

'உங்க மக வர நேரமாகுமா?'

'இங்கதான் ராஜேஸ்வரி கோயிலுக்குப் போயிருக்கா, நிம்மதி தேடி. வந்துருவா. எங்க கிளம்பிட்டீங்க?'

'அங்கயே பாத்துர்றேன்.'

'ஏதாவது முக்கியமா சொல்லணுமா?'

'இல்லை. நான் சொல்லிக்கறேன். சேகரைப் பத்தி நீங்க என்ன நினைக்கிறீங்க?'

'உங்ககிட்ட சொல்லிட்டானா?' என்றார் சந்தேகப் பார்வையுடன்.

'என்ன?' என்றார் ரியாஸ் வியப்புடன்.

'பாரதியை அவன் கல்யாணம் செய்துக்க விரும்பறான். எனக்குச் சம்மதம்தான். இவதான் குழப்பத்தில இருக்கா!'

'அது அவ்வளவு சீக்கிரம் நடக்காதுனு நினைக்கிறேன்' என்றார் சங்கர்.

'ஏன்?'

'இதோ அவங்களே வந்துட்டாங்க.'

பாரதி கோயிலிலிருந்து வந்திருந்ததற்கான குங்கும அடையாளங்கள் இருந்தன. 'வாங்க வாங்க' என்றாள். 'அப்பா அவர்களுக்கு காபி கொடுத்தீங்களா? இப்பத்தான் மூவ் பண்ணிருக்கோம். சாரி. எல்லாம் போட்டது போட்டபடி இருக்குது.'

'பாரதி, உங்ககிட்ட கொஞ்ச நேரம் தனியா பேசணும்.'

'இதோ டிரஸ் மாத்திக்கிட்டு வந்துர்றேன், ப்ளீஸ்.'

ஹாலில் டிவி ஓடிக்கொண்டிருந்தது. தெலுங்குப் படம். கணவன் காலில் விழுந்து மனைவி கதறி அழுதுகொண்டிருந்தாள். அவன் காலைப் பற்றிக்கொண்டு, கண்ணீர் பூட்சை நனைக்க, அவன் கவனியாமல் வேறு திசையில் பார்த்துக்கொண்டு காலை இழுக்க இழுக்க அவள் தரையில் தேய்த்துக்கொண்டே வந்தாள்.

'செண்டிமெண்டல் ட்ராஷ்' என்றார் ரியாஸ். 'இந்தக் காட்சியை சினிமாவிலிருந்து தடை செய்யப் பெண்கள் இயக்கம் போராடணும்!' என்றார்.

பாரதியின் தந்தை வந்து ரிமோட்டை எடுத்து அதை அணைத்தார். பாரதி மாடியிலிருந்து வந்தாள். நீல நிற சுடிதாருக்கு மாற்றிக் கொண்டிருந்தாள். கலைந்திருந்த தலையைத் திருத்தி வாரிக் கொண்டு ஒரு புதிய புஷ்பம்போலத் தோன்றினாள். அவளை விதவை என்று நினைப்பதே கஷ்டம் என்று சங்கர் எண்ணிக் கொண்டார்.

எதிரே உட்கார்ந்து கன்னத்தில் கை வைத்துக்கொண்டு 'சொல்லுங்க' என்றாள் கதை கேட்பவள் போல.

'இந்த வீட்டைப் பற்றிக் கேக்கலாமா?'

'என்ன கேக்கணும்?'

'இதை ஆனந்த் எப்ப வாங்கினார்?'

'சமீபத்திலதான். எங்க கல்யாண தினத்துக்குப் பரிசாக அளிக் கிறதா இருந்தார். அதுக்குள்ள...' அவள் தொண்டை அடைத்தது. 'காலி வீட்டை எங்கிட்ட காட்டினப்ப எவ்வளவு பெருமைப் பட்டார் தெரியுமா?'

அவள் மனத்தில் அ(ந)ந்த ஆச்சரிய தினம் ஓடியது.

'என்ன சாவிக் கொத்து?'

'நம்ம வீடு மாத்தறோம்.'

'புது வீடா?'

'ஆமாம். ராஜேஸ்வரி நகர்ல புதுசா ஒரு வீடு.'

‘எத்தனை வாடகை?’

‘வாடகையா? வாங்கிட்டேண்டி என் பொண்டாட்டி!’

‘வாங்கிட்டிங்களா? புளுகு!’

‘மெய்யாலும் பாரதி. நமக்கே நமக்கு ஒரு வீடு!’

‘பணம்?’

‘பணம் வரும், போகும்!’

‘என்ன வெலை?’

‘இதெல்லாம் பத்தி என்ன கவலை? வீட்டை வந்து பாரு.’

வீட்டைப் பார்த்ததும் பிரமித்தாள். அதே சமயம் இவருக்கு ஏது இவ்வளவு பணம்?

பாரதி நினைவுகளிலிருந்து கலைக்கப்பட்டாள். ‘மிஸஸ் ஆனந்த், உங்க கணவருக்கு இந்த வீடு வாங்கப் பணம் எப்படிக் கிடைச்சதுன்னு சொல்ல முடியுமா?’

16

பாரதி சற்று யோசனைக்குப்பின் பதிலளித்தாள். 'எனக்கு சரியாகத் தெரியாது. நீங்கள் இந்த வீட்டைப் பதிவு செய்த பத்திரங்களிலிருந்து கண்டு கொள்ளலாமே' என்றாள் நிதானமாக.

'டாக்குமெண்ட்ஸ் இருக்கிறதா?'

'அவர்தான் அலமாரியில் எங்காவது வைத்திருக்க வேண்டும். ஆனந்த் போனபின் எனக்கு அவற்றை யெல்லாம தேடவேண்டும் என்று தோன்றவே யில்லை. அப்பாவைக் கேளுங்கள்.'

'உங்க கணவருக்கு எவ்வளவு சம்பளம் தெரியுமா உங்களுக்கு?'

'தெரியாது. ஒரு பதினையாயிரம் இருக்கும் என்று எண்ணிக் கொண்டிருந்தேன்.'

'இவ்வளவு பெரிய வீடு இந்தச் சம்பளத்துடன் பொருந்துகிறதா? வீடு யார் பேரில் இருக்கிறது?'

'எனக்கு இந்த விவரங்கள் எதுவும் தெரியாது' என்றாள் நெற்றியைச் சுருக்கிக்கொண்டு.

'மன்னிக்கவும். உங்களை ரொம்ப தொந்தரவு செய்கிறேன்.'

‘சோமசேகர், சோமசுந்தர் இவர்களைத் தவிர வேறு ஏதாவது சோமுவை உங்களுக்குத் தெரியுமா?’

‘அதுதான் சொல்லிவிட்டேனே. சோமசுந்தரை எனக்குத் தெரியாது. நேரடியாகப் பரிச்சயம் இல்லை. ஆனந்த்தான் ஆபீசில் தன்னுடைய ஆராய்ச்சிகளையெல்லாம் காப்பி அடித்தவர் என்று சொல்லியிருக்கிறார். அதுவரைதான் தெரியும். சோமசேகர், முன்னால் என் உறவுக்காரன். இந்நாட்களில் எனக்கு மன ஆறுதல் அளிக்கும் உத்தம புருஷர்.’

‘அந்த உத்தம புருஷர் உங்கள் கணவரைக் கொன்றதாக ஒப்புக் கொண்டு வாக்குமூலம் கொடுத்திருக்கிறார்!’

‘யாரு முன்னாவா?’

‘சோமசேகர் என்கிற சோமு என்கிற முன்னா.’

பாரதியின் முகம் சட்டென்று ஒளியிழந்தது. தலையைப் பிடித்துக் கொண்டு நாற்காலியைத் தேடி உட்கார்ந்துவிட்டாள். கைகள் நடுங்கின. ‘முன்னாவா! அடக் கடவுளே’ என்று அடக்க முடியாமல் பீறிட்டு அழுதாள்.

‘மிஸஸ் ஆனந்த், உங்களுக்கு இவ்வளவு பெரிய அதிர்ச்சி தர்றதில் எங்களுக்கு ரொம்ப வருத்தமாக இருக்குது. உங்களுக்கு இந்தச் சமயத்தில் ஆதரவா இருக்கிற ஒருவர்தான் உங்கள் கணவரைக் கொன்றவன்னு தெரிஞ்சா உங்க மனசு எத்தனை வேதனைப் படும்ங்கறது புரியுது.’

‘முன்னா எங்க இப்ப?’

‘அவரைக் கைது பண்ணப் போறோம். காவல் நிலையத்தில் இருக்கார்.’

‘அவன்கூடப் பேசியாகணும்.’

‘அவர் உங்ககூட பேச விரும்பாமல் இருக்கலாம்.’

‘இல்லை. பேசியாகணும்’ என்று போனை எடுத்தாள்.

‘அவர் வீட்டில் இல்லை. ஹைகிரவுண்ட்ஸ் போலீஸ் ஸ்டேஷன்லே வச்சிருக்கோம்.’

‘அரஸ்ட் பண்ணாதீங்க. நான் அவன்கூடப் பேசியாகணும்.’

'.........'

'இல்லை. என்னை அங்க அழைச்சுக்கிட்டுப் போங்க.'

'அவர் உங்களை சந்திக்க விரும்பமாட்டார்னு நினைக்கிறேன். இன்ஃபாக்ட், அவர் தான் குற்றத்தை ஒப்புக்கொண்டதை உங்க கிட்ட சொல்லவேண்டாம்னு கேட்டுக்கொண்டார். நான்தான் அதை நீங்க பத்திரிகை மூலமாத் தெரிஞ்சுக்கறதைவிட முன்னா லேயே சொல்லிடறது அதிர்ச்சியைக் குறைக்கும்னு உங்ககிட்ட சொல்லிடத் தீர்மானிச்சேன்.'

பாரதி 'முன்னா, முன்னா' என்று தலையை திருப்பித் திருப்பி அசைத்து அசைத்து அழுதாள். அவள் முகம் மிகவும் விகாரமாக, மூக்கில் சளி ஒழுக அழுதாள்.

பாரதியின் தந்தை வந்து அவளை அணைத்து விசாரித்து 'என்ன கண்ணு?'

'முன்னா! முன்னாதான் ஆனந்தைக் கொன்னதா ஒப்புக்கிட்டா னாம்!'

'அப்படியா?' என்று அவரும் பேயறைந்ததுபோல் முகம் வெளிறிப்போய், 'எப்படி? இதை என்னால் நம்பவே முடிய லையே இன்ஸ்பெக்டர். உங்ககிட்ட நிரூபண சாட்சியங்கள் இருக்குதா?'

'அவர் விரல் ரேகை அடையாளங்கள் துப்பாக்கி ட்ரிக்கர்ல இல்லைன்னாலும் அதனுடைய உடல் பாகத்தில் இருந்தது. மேலும் அவரே தன்னிச்சையா வலிய வந்து ஒப்புத்துக்கிட்டார்.'

'என்ன காரணம் சொன்னான்?'

'பாரதியை ஆனந்த் நடத்திய விதம் சரியில்லை. தான் அவளை மிகவும் நேசித்ததாகவும் அதனால் அவளை அலட்சியப்படுத்தி யதைத் தாங்க முடியலைன்னும் காரணம் சொல்கிறார்.'

'திஸ் இஸ் அன்பிலீவபிள்' என்றார் பாரதியின் தந்தை. 'எங்கே அவன்? இப்பவே பாத்தாகணும்.'

'அவர் உங்களைப் பார்க்க மறுப்பார்.'

'மறுக்க மாட்டான். மறுக்க மாட்டான். நான் அவனைப் பார்த்தே ஆகணும்.'

'மிஸஸ் ஆனந்த், முன்னா சோமசேகர் வேற யாரோ ஒரு கொலைகாரனை காப்பாத்தறதுக்காகக் குற்றத்தை வலிய வந்து ஒப்புத்துக்கிட்டாரோன்னு ஒரு சந்தேகம் எங்களுக்கு இருக்கிறது. அப்படி இருக்கலாமா? முன்னா எப்படிப்பட்டவர்? கொலை செய்யக்கூடியவராத் தெரியலை. ரொம்ப சாஃப்ட்டா இருக்கார். ரொம்ப சாதுவா இருக்கார். அவர் கண்களில் குற்றம் தெரியலை. எங்களுக்கு அந்த மாதிரி ஒரு சந்தேகம். அது பற்றி உங்களுக்கு ஏதாவது விஷயம் தெரிஞ்சா அது போலீசுக்கு உதவியா இருக்கும்.'

'அது வந்து' என்று தயக்கத்துடன் பாரதி தொடங்க, அவள் தந்தை இடைமறித்து, 'ப்ளீஸ், இப்ப அவளைக் குழப்பாதீங்க. இவளுக்கு ஒண்ணும் தெரியாது. தானுண்டு கணவன் உண்டுன்னு இருந்தா. முன்னாவுக்கு அவளைக் கல்யாணம் செய்துவைக்க நான்தான் தடுத்தேன். காரணம் ஜெனட்டிக் ஆரோக்கிய காரணங்கள்தான் இல்லைன்னா...'

'சொன்னீங்களே.'

'அதனால முன்னா யாரையோ மறைக்கிறான், யாரை மறைக்கிறான் என்பதெல்லாம் என் மகளுக்கு ஏதும் தெரியாது. லீவ் ஹர் அலோன். பாரதி, மை சைல்டு. இங்கயே இரும்மா. முன்னாவை போலீஸ் ஸ்டேஷன்ல பார்த்துட்டு வந்துர்றேன். உன்னால அவனைச் சந்திக்கிற அதிர்ச்சியைத் தாங்க முடியாதும்மா. கூடாதும்மா.'

ரியாஸை அழைத்து, 'பாருங்க ரியாஸ். என் மகளுடைய ஒரே ஒரு நம்பிக்கையா இருந்தான் முன்னா. அத்தனை ஆறுதல் சொல்லி அத்தனை அன்பா இருந்தான். அவன் இந்தக் காரியத்தை செய்தான்ங்கறது இவளுக்கு எப்படிப்பட்ட அதிர்ச்சியா இருக்கும்? யோசித்துப் பாருங்க. பைத்தியமாயிடுவா. சில நாளைக்கு இவளை விட்டு வையுங்க.'

'நாங்க உங்க மகளை அனாவசியமாத் தொந்தரவு செய்ய விரும்பலை. அவங்களை என்ன செய்யணுங்கறீங்க?'

'லீவ் ஹர் அலோன்' என்றார் இரைச்சலாக.

'இதற்காக இவ்வளவு இரைச்சலாச் சொல்லவேண்டாம்...'

'முன்னாதான் கொன்னான்னு உங்களுக்கு தோணிச்சுன்னா பை ஆல் மீன்ஸ் கோ அஹெட், அரஸ்ட் ஹிம். என் மகளுக்குக்

கொடுத்த அதிர்ச்சி போதும்' என்று கைக்குட்டையால் முகத்தைத் துடைத்துக்கொண்டார். கண்ணீர் பெருகியது. பாரதி உறைந்ததுபோல உட்கார்ந்திருந்தாள்.

'சங்கர், நீங்க சாரை அழைச்சுட்டு சேகரைச் சந்திக்க வையுங்க. சார் உங்க நெவ்யுதானே அவர்? அவரைச் சந்திச்சு ஒரு லாயரை ஏற்பாடு பண்ணச் சொல்லுங்க. அவர் ஒரு மாஜிஸ்திரேட் முன்னால குற்ற ஒப்புதல் வாக்குமூலம் கொடுக்கணும். அதுக்கு ஒரு வக்கீல் உதவி இருக்கிறது பிற்பாடு கோர்ட்டில் வாதாடற துக்கு ஏதுவா இருக்கும். எங்க அனுபவத்தில இருந்து சொல்றம். அதனால... நீங்க போய்த் திரும்பற வரைக்கும் நான் உங்க மகளுக்குக் காவலா, துணையா இருக்கேன். சீக்கிரம் வந்துருங்க.'

'பாரதி இருக்கியாம்மா?' என்றார் பணிவுடன்.

தலையசைத்தாள்.

'நீ பாட்டுக்கு பேசாம ரூம்ல போய்ப் படுத்துக்கிட்டு இரு. நீ ஏதும் அவர்கிட்ட பேசவேண்டாம். உனக்குப் பாதுகாவலாத்தான் இருப்பார். என்ன, நான் முன்னாவைச் சந்திச்சுட்டு உடனே வந்துர்றேன். நீங்க ஹால்ல உட்கார்ந்திருங்க ரியாஸ்.'

'கவலைப்படாதீங்க. உங்க டாட்டரை எந்த விஷயத்திலயும் தொந்தரவு செய்ய மாட்டேன். இனிமே கேள்விகளும் கேட்க மாட்டேன். துணைக்கு இருக்கேன். அவ்வளவுதான்' என்றார்.

தந்தை விலகுமுன் பாரதியை தோளோடு அணைத்து அவள் காதருகே ஆறுதலாகப் பேசிவிட்டு அவளை மாடிக்கு அழைத்துச் சென்றார். மெல்ல படுக்கையறைக்குள் சென்று அந்தக் கதவை மென்மையாகச் சாத்திவிட்டு, 'உடனே வந்துர்றேன், கவலைப் படாதே பாரதி' என்று சொல்லிவிட்டு ஜீப்பில் ஏறிக் கொண்டார்.

'சங்கர் நீங்க சேகர்கிட்ட அவர் கன்ஃபஷன் எக்ஸ்ட்ரா ஜுடிஷியல்ங்கறதை விளக்கிச் சொல்லுங்க. என்ன?'

'சரி.'

அவர்கள் சென்றதும் ரியாஸ் ஹாலில் தனியாக உட்கார்ந்திருந் தார். அவுட்லுக் இதழைப் புரட்டினார். டிவி ரிமோட் சோபாவில் கிடந்தது. அதை எடுத்து பட்டன்களை அழுத்திப் பார்த்தார்.

அந்த தெலுங்குப் படம் இன்னமும் ஓடிக் கொண்டிருந்தது. இப்போது அந்த மனைவி தன் மகன் காலில் விழுந்து கண்ணீர் சிந்தி தன் கணவனின் உயிரைக் காப்பாற்றும்படிக் கேட்டுக் கொண்டிருக்க - இன்ஸ்பெக்டர்தான் மகன் போலும் - அவள் கேட்கக் கேட்க, 'என் தகப்பன் குற்றவாளி; அவரைக் கைது செய்வது என் கடமை' என்று சொல்ல, தாய் தரையில் இழுக்கப் பட, மகன், தந்தை இரண்டு பேரும் என்.டி.ஆரோ, அக்கினேனியா அவருக்குச் சரியாக சொல்லத் தெரியவில்லை.

சானலை மாற்றினார்.

17

ரியாஸ் பாரதியின் வீட்டிலிருந்து விலகி ராஜேஸ் வரி நகரின் ஆர்ச் வளைவைத் தாண்டி மைசூர் ரோடில் வந்து சேர்ந்தபோது, போக்குவரத்து துரித மாக இருந்தது. ரியாஸுக்கு ஏதோ ஒன்று மனத்தில் உறுத்திக்கொண்டிருந்தது. இத்தனை சுலபமாக சோமசேகர் ஒப்புக்கொண்டதில் ஏதோ உதைத்தது. எது என்று தீர்மானிக்க இயலாமல் மனத்தில் தத்தளித்தார்.

மூன்று விஷயங்களைத் தொடர்புபடுத்த ஒரு சங்கிலி தேவைப்பட்டது. அது இந்த கேசில் இன்னும் கிடைக்கவில்லை. ஆனந்தை சுட்டுக் கொன்ற துப்பாக்கியில் சோமசேகரின் விரல் ரேகைகள் இருந்தன, அதன் உடல் பாகத்தில். ஆனால் அதன் ட்ரிகரில் விரல் பதிவுகளே இல்லை.

இரண்டாவது, ஆனந்தின் உடலில் போராட்டத்துக் கான எந்த அடையாளமும் இல்லை. சற்றும் எதிர் பாராமல் சுடப்பட்டிருக்க வேண்டும். மூன்றாவது, ஆனந்தின் அந்தஸ்துடன் பொருந்தாத அவ்வளவு பெரிய வீடு அவனுக்கு எப்படிக் கிடைத்தது?

முதல் விஷயம், யாரோ முதலில் சுட்டிருக் கிறார்கள். சுட்டபின் அதன் ட்ரிகரில் பதிந்த விரல்

அடையாளங்களைத் துடைத்திருக்கலாம். பின் சோமசேகர் அந்தத் துப்பாக்கியைக் கையில் எடுத்திருக்கலாம். இரண்டாவது வெளி ஆட்கள் யாரோ வந்து ஆனந்தைச் சற்றும் எதிர்பாராத சமயத்தில் சுட்டிருக்கலாம். ஆனந்திடம் ஏதாவது ரகசிய ஆராய்ச்சிக் குறிப்பை விரும்பி ஒரு வேளை சிஐஏ அல்லது ஐஎஸ்ஐ அல்லது தாலிபன் போன்றவர்களிடம் நம் ரகசியங்கள் எதையாவது விற்பதாகச் சொல்லி ஆனந்த் கடைசி நிமிஷத்தில் முடியாது என்று சொல்லியிருக்கலாம். அதனால் அவர்கள் கோப மடைந்து சுட்டிருக்கலாம். அந்த வியாபாரத்தில் சோமசேகரும் உடந்தையாக இருந்திருக்கலாம்.

இந்த திசையில் எண்ணிப் பார்த்தார். அதனால் சோமசேகர்தான் எல்லாவற்றையும் ஏற்பாடு பண்ணியிருக்கவேண்டும். ஆனந்த் வெளிநாட்டுச் சதிகாரர்களிடம் பணம் வாங்கியிருக்கலாம். அல்லது அவர்களே வீடு வாங்க ஏற்பாடு செய்திருக்கலாம். சிந்தித்தால் மூன்று விஷயங்களும் ஒருவாறு பொருந்துகின்றன. கொன்றது சோமசேகர் அல்லது சோமசேகர் ஏற்பாடு செய்த ஆள். சோமசேகரைக் கைது பண்ணி வைத்திருக்கிறோம். அவனைக் கேள்விகள் கேட்கத் தீர்மானித்தார்.

ஒரு வாரத்தில் சொல்லிவிடுவான். அவர் அனுபவத்தில் ஒரு வாரத்துக்கு மேல் யாரும் கேள்விக் கணைகளைத் தாங்கிய தில்லை. அடி இல்லை, உதை இல்லை, தொடர்ந்து இடை விடாமல் இருபத்து நாலு மணி நேரமும் கேள்விகள், கேள்விகள் தான். தூங்கினால் எழுப்பி கேள்விகள், பாத்ரூமில் கூடக் கேள்விகள்.

நாளையிலிருந்து தொடங்கிவிடலாம்.

ரியாஸ் கெஸ்ட் அவுஸுக்கு ஜீப்பை ஓட்டச் சொன்னார். சட்டென்று அவர் மனத்தில் மற்றொரு விஷயம் ஓடியது. போஸ்ட்மார்ட்டம் ரிப்போர்ட்டில் எல்லா சந்தேகங்களும் தீர்ந்து விட்டனவா? இல்லை. ஒரு விஷயம் பாக்கியிருக்கிறது. ஆனந்தின் பூட்ஸ் காலணியில் படிந்திருந்த உப்பு? அதற்கு என்ன விளக்கம்?

சங்கர் சொன்ன விளக்கம்தான் சரி. சில பேர் பயத்தில் திடீர் என்று ஒன்றுக்குப் போய்விடுவார்கள். அதீத பயத்தில்.

அப்படியென்றால் யாராவது சற்று நேரம் துப்பாக்கியை மார்பில் காட்டி பயமுறுத்தியிருக்க வேண்டும்.

யார் அது? அந்தச் சதிகாரனோ?

உப்பு எதில் எதில் இருக்கும்? சிறுநீரில் உப்பு இருக்குமா. கேட்க வேண்டும். வேறு எதில்?

கெஸ்ட் அவுஸ் திரும்பியதும் போன் செய்தார்.

'சங்கர் நாளைக் காலையில் சேகருடைய இன்டராகேஷனை ஆரம்பிக்கணும். எங்க ஆபீசுக்கு கொண்டு வந்துருங்க. அங்க ஒரு இன்டராகேஷன் ரூம் இருக்கு.'

'ரியாஸ், இனிமே இன்டராகேஷன் எதுக்கு? அவன்தான் குற்றத்தை ஒப்புத்துக்கிட்டானே?'

'இல்லை. அவன் யாரையோ பாதுகாக்கறான். எதையோ மறைக் கிறான். இப்படி யோசி. ஆனந்துக்கு அவ்வளவு பெரிய வீடு எப்படி வந்தது என்கிறதுக்கு ஒரு விளக்கம்... ஆனந்த் சமீபத்தில் யார்கிட்டயாவது பெரிய தொகை வாங்கிருக்கணும்.'

'அந்தப் பெரிய தொகைக்கு அவர் என்ன செய்யறதா இருந்தார்?'

'எதாவது ரகசியத்தை விக்கறதா இருந்தாரா? அரசாங்க ரகசி யத்தை. இதை நெகோஷியேட் பண்ணது சோமசேகரா இருக்கும்னு நான் கருதறேன். அதனால அவனைக் கேள்விகள் கேட்டே ஆகணும். அவனை சிபிஐ கஸ்டடிக்கு மாத்தறதுக்கு ஏற்பாடு பண்ணிர்றேன்.'

சங்கர், 'சரி ரியாஸ். எனக்கென்னவோ அது விரயமான பயிற்சியா தோணுது.'

'இல்லை சங்கர், ஒரு மிஸ்ஸிங் லிங்க் இருக்கு இந்த கேசில்.'

'படுத்து தூங்குங்க ரியாஸ். காலையில் தெளிவாய்ரும்.'

காலையில் ஏதோ குழப்பமான கனவிலிருந்து ரியாஸ் எழுப்பப் பட்டார். டெலிபோனால்.

'என்ன சங்கர்?'

'சோமசேகர் தப்பிச்சுட்டான் ரியாஸ்.'

'என்னது!'

'ஆளு காணாமப் போய்ட்டான். கஸ்டடியிலதான் இருந்திருக்கான். கொஞ்சம் கவனக் குறைவா இருந்திருக்காங்க. காணாம போய்ட்டான். இப்ப எனக்கு என்ன செய்யறதுன்னே தெரியலை. பெரிய தர்ம சங்கடம். உடனே சிட்டி, கண்டோன்மெண்ட் ரெயில்வே ஸ்டேஷன், ஏர்போர்ட் எல்லாத்துலயும் அலர்ட் பண்ணிட்டோம். வீட்டிலயும் கான்ஸ்டபிள்ஸ் போட்டுட்டம். இப்ப நான் ப்ரபாகர் ராவுக்கு என்ன சொல்லப் போறேன்!'

'எனக்கென்னவோ அவன் இன்னேரம் பாகிஸ்தான்லயோ, லண்டன்லயோ இருப்பான்னு தோணுது. என்ன சங்கர், கவனக் குறைவா இருந்துட்டமே சே!'

'அவன் அவ்வளவு தூரம் தானே மனமுவந்து ஒப்புக்க வந்த தினால் அசந்துட்டம். நம்மையெல்லாம் கேலி பண்ணிட்டு போயிட்டான்.'

'பாரதிக்கு சொல்லிட்டியா?'

'இன்னும் இல்லை.'

'அவன் தப்பிச்சதை யாருக்கும் சொல்லவேண்டாம்' என்றார்.

காலை எட்டரை மணிக்கு ரியாஸ் தனியாக பாரதியின் வீட்டை அடைந்தார். அமைதியாக இருந்தது.

மெல்ல கேட் கதவைத் திறக்கும் சப்தம் கேட்டு பாரதியின் தந்தைதான் நைட் கவுனில் வந்தார்.

'என்ன சார். உங்க விசாரணை இன்னும் முடியலையா. விசாரிக்க நேரம் காலம் கிடையாதா?'

ரியாஸ் நேரடியாக பதில் சொல்லாமல், 'நான் உங்க மகளைப் பார்க்கணும். ஒரே ஒரு கேள்வி மட்டும்தான் பாக்கி.'

'வெளிய போயிருக்கா.'

'காத்திருக்கேன். எப்ப வருவாங்?'

'சரியாத் தெரியலை. நான் தூங்கிட்டு இருக்கறப்ப என்னவோ சொல்லிட்டுப் போனா.'

'கோயிலுக்குப் போயிருப்பாங்களா?'

‘தெரியலை.’

‘சார், சோமசேகர் இங்க வந்தாரா?’

‘முன்னாவா? அவன் உங்க கஸ்ட்டடியிலன்னா இருக்கான்.’

‘இங்க வரலை?’

‘வரலை. தப்பிச்சுட்டானா?’

‘அப்படித்தான் தெரியுது. வந்தா உடனே எங்களுக்குத் தகவல் சொல்லிருங்க.’

‘ஒரு வேளை வக்கீலைப் பார்க்கப் போயிருப்பானோ என்னவோ. நீங்கதானே அவனுக்கு வக்கீலைப் பார்க்கச் சொல்லி அட்வைஸ் பண்ணிங்களாம்?’

‘வக்கீல் யாருன்னு தெரியுமா?’

‘எங்க பேமிலில் உண்ணி கிருஷ்ணன் கிட்டத்தான் போவோம். ஜெய்நகர்ல இருக்கார்.’

‘போன் நம்பர் இருக்கா?’

‘தரேன். நீங்க இப்ப பாரதி வரவரைக்கும் வெய்ட் பண்ணப் போறீங்களா?’

ரியாஸ், ‘இல்லை சார். வெய்ட் பண்ணலை. போய்ட்டு சாயங்காலம் வரோம். அதுக்குள்ள ஏதாவது தகவல் தெரிஞ்சா எங்களுக்குக் கட்டாயம் சொல்லணும்.’

‘சரி.’

ரியாஸ் புறப்பட்டு ஏறக்குறைய ஐந்து கிலோ மீட்டர் வந்து பெட்ரோலுக்கு ஒரு பங்கில் திரும்பும்போது கோபால் தியேட்டரில் தெலுங்குப்பட போஸ்டரைப் பார்த்தார்.

அவர் மனத்தில் ஒரு மின்னல் அடித்தது. சட்டென்று எல்லாம் தெளிவாகிவிட்டது. ‘ஜீப்பைத் திருப்பு’ என்றார்.

அந்த வீட்டுக்குச் சற்று முன்னாலேயே நிறுத்தி மெல்ல நடந்து சென்றார். கேட் கதவை அதிகம் சப்தமிடாமல் திறந்தார்.

வாயில் கதவருகில் பைய நடந்து வந்து கேட்டார். உள்ளே பேச்சுக்குரல்.

‘அவசரப்பட்டுட்டே முன்னா. அவசரப்பட்டுட்டே!’

பாரதியின் குரல்.

‘டிக்கெட்ஸ் ஆர் ரெடி. கொஞ்சம் கேஷ் இதில இருக்கு. போறப்ப பெட்ரோல் ரொப்பிக்க. அன்லெடட் பெட்ரோல் வழியில் கிடைக்காது. பாம்பே போன உடனே எனக்கு போன் பண்ணிறணும். சங்கர நாராயணன் வீட்டில் தங்குங்க, பாந்ராவில்.’ தந்தையின் குரல்.

‘அத்தான், பாரதியைக் கல்யாணம் பண்ணிக்கிட்டு போய்ட்றேன்! கோயில்ல வெச்சு ஒரு சிம்பிள் பங்ஷன்ல தாலி கட்டிட்டுப் புறப்பட்டுர்றோம்!’

‘டோண்ட் பி ஸில்லி. போலீஸ் உம் பின்னால துரத்திக்கிட்டு இருக்காங்க. கல்யாணம் முக்கியமில்லை. காப்பாத்தறதுதான் முக்கியம். ரெண்டு பேரும் நாட்டை விட்டு ஒரு நாள்ல வெளிய போறதுதான் முக்கியம்.’

ரியாஸ் கதவைத் தட்டினார்.

‘ஹூ இஸ் இட்!’

‘கூரியர்.’

கதவு திறந்தது.

பாரதியும் சோமசேகரும் நின்றுகொண்டிருந்தார்கள்.

‘ஹலோ மிஸ்டர் சோமசேகர்!’

அவர்கள் புறப்படத் தயாராக உடையணிந்திருந்தார்கள்.

‘குறுக்கிடறதுக்கு மன்னிக்கவும். மிஸஸ் பாரதி ஆனந்த், நீங்க ஏன் உங்க கணவரை கொலை செய்தீங்க?’

18

பாரதியும் சோமசேகரும் ஒருவரை ஒருவர் பார்த்துக் கொண்டார்கள்.

சோமசேகர், 'வாட் டூ யு மீன்? என்ன அபத்தமாப் பேசறீங்க? பாரதி ஆனந்தைக் கொல்றதாவது? மிஸ்டர் ரியாஸ், திஸ் இஸ் டூ மச். என்னதான் வக்கிரமா யோசிச்சாலும் இந்த மாதிரி முடிவுக்கு வர முடியாது.'

'இதை அவங்க சொல்லட்டும்!' என்றார் ரியாஸ் பாரதியைக் கண்கொட்டாமல் பார்த்துக் கொண்டு.

'உங்களால் எதையும் நிரூபிக்க முடியாது. எந்தவித சாட்சியமும் இல்லை. யாரும் இதை நம்ப மாட்டாங்க!' என்று தொடர்ந்து சோமசேகர் அடுக்கிக்கொண்டே போக, 'அது, வேற விஷயம்.'

ரியாஸை நேராகப் பார்க்காமல் பாரதியின் கண்கள் சரிந்தன.

'சொல்லுங்க பாரதி. நீங்க உங்க கணவரைக் கொல்லலைன்னு சொல்லுங்க. நான் இப்பவே மன்னிப்பு கேட்டுக்கிட்டு திரும்பப் போயிடறேன். சொல்லுங்க!'

'அவ என்ன சொல்றது, நான் சொல்றேன். ஆனந்தை நான்தான் கொன்னேன்.'

'சோமசேகர், நீங்க போலீசை முட்டாளடிக்கிற வேலையை முதல்ல நிறுத்துங்க. பாரதி நீங்க சொல்லுங்க - ஆம் - இல்லை. அது போதும் எனக்கு. நீங்க உங்க கணவரைக் கொலை செய்தீர்களா, ஆம், இல்லை!'

'இது என்ன எண்ட்ரன்ஸ் டெஸ்டா?'

'முன்னா, சும்மாரு!' என்றாள். முதன் முதலாகப் பேசினாள்.

'இனி மறைத்துப் பிரயோசனமில்லை.'

சற்று தன்னை சுதாரித்துக்கொண்டு, 'ரியாஸ் சார், நான்தான் என் கணவரைக் கொன்றேன். நான்தான் அவரைச் சுட்டேன். சுட்டுட்டு, கதறிக் கதறி அழுதேன். ஆனந்தை மறக்க முடியாம, தொடர்ந்து வாழ முடியாம, குற்றத்தை ஒப்புக்கொள்ள முடியாம, ஒரு குழப்பமான உலகத்தில... நீங்க இப்பக் கண்டு பிடிச்சது எனக்கு ஒருவிதத்தில ஆறுதலாகக்கூட இருக்குது. புயல் அடிச்சு ஓய்ந்த மாதிரி. இப்ப என்ன பண்ணுவீங்க? என்ன பண்ணுமோ பண்ணிக்கங்க. கைது பண்ணுமா இல்லை...'

'இல்லை. இன்னும் இல்லை. எதுக்காகக் கொலை செய்தீங் கன்னு தெரியணும். ஐ'ம் ஸாரி. அதைத் தெரிஞ்சுக்காம நான் மேற்கொண்டு நடவடிக்கை எடுக்க முடியாது.'

'காரணம் சோமுதான்.'

'சோமு?' என்று சோமசேகரைப் பார்த்தார்.

'இந்த சோமு இல்லை' என்றாள்.

'பின்ன மற்றொரு சோமுவா?'

'சோமுங்கறது ஒரு ஆள் இல்லை!'

'பின்ன?'

பாரதி, 'முன்னா அந்த ஃபைலை எடுத்துக்கிட்டு வா!' என்றாள்.

ரியாஸ் சற்று ஆச்சரியத்துடன் காத்திருக்க, சோமசேகர் உள்ளே சென்று, ஒரு சிவப்பு அட்டையிட்ட கோப்பைக் கொண்டு வந்தான்.

அதில் Project Somu. Top secret என்று எழுதியிருந்தது.

'அப்ப சோமுங்கறது...'

'ஆனந்த், சீக்ரட்டா ஒர்க் பண்ணிக்கிட்டிருந்த ப்ராஜெக்ட் அது. Surface Operated Missile Underground என்கிற வாக்கியத்தின் முதல் எழுத்துக்களின் சுருக்கம் சோமு.'

'மை காட்!'

'அதை விற்பதாகச் சம்மதித்துத்தான் பணம் வந்தது. வீடு வந்தது!' என்றாள் பாரதி. இயந்திரம் போலப் பேசினாள். கண்கள் வறண்டிருந்தன.

'யாருக்கு?'

'அவர்களுக்கு.'

மெல்ல மெல்ல அடுத்த நான்கு மணி நேரத்தில் படிப்படியாக பாரதி அந்த நிகழ்ச்சிகளை நினைவுகூர்ந்தாள். சோமுவும் ரியாஸூம் மௌனமாகக் கேட்டுக்கொண்டிருக்க, ஒருவித தீர்மானத்துடன் பேசினாள்.

'முதன் முதல் நான் கவனித்தது அந்த போட்டோக்களை. ஆனந்த் ஐதராபாத் போயிருந்தார். திரும்ப வர்றப்ப, அங்கிருந்து முத்து மாலை வாங்கிட்டு வந்தார். ஏது இவ்வளவு பணம்னு கேட்கத் தோணிச்சு. கேட்கலை. சந்தோஷத்தில் கேக்கலை. கேட்டிருக்கணும். மாதா மாதம் சம்பளம் பத்தாது. இருபத்தைந்தாம் தேதி கடன் வாங்க வேண்டி வரும். திடீர்னு முத்து மாலையா? அதை அவர் என் கழுத்தில் அணிவித்தபோது சொன்னார்.

'முதல்ல இவளுக்கு எதுக்கு முத்து? பற்களே போதுமேன்னு யோசிச்சேன். அப்புறம் போனாப் போவுது, கஷ்டப்பட்டு புள்ளை பெறப் போறா. கேவலம் ஒரு முத்து மாலையாவது போடலாம்னு... ஒரிஜினல் இது. கல்ச்சர் இல்லை!' என்றார்.

'மஸ்ட் பி எக்ஸ்பென்ஸிவ்!' என்றேன்.

'ஆனந்த், 'நத்திங் இஸ் எக்ஸ்பென்ஸிவ் ஃபார் யுவர் ஸ்மைல். உலகத்தையே எழுதிக் கொடுக்கலாம்' என்றார்.

‘உடனே வெளியே புறப்படத் தயாராக இருந்தார். எங்க போறார், யாரைப் பார்க்கறார்... எதுவும் சொல்ல மாட்டார்.

‘போட்டோக்களை பற்றிக் கேட்டேன்.

‘ஆனந்த் இந்த போட்டோக்கள்லாம் உங்க ஸூட்கேஸ்ல இருந்தது. எப்பலிருந்து உங்களுக்கு பப்ளிக் பில்டிங்கஸ்லாம் எடுக்கறதில ஆர்வம் ஆனந்த்? இதெல்லாம் எதுக்கு எடுத்தீங்க ஆனந்த்?’

எல்லாம் ஐதராபாத்திலுள்ள பிரதான கட்டடங்கள்.

‘ஆனந்த், ‘ஆபீசுக்கு டயம் ஆச்சு. சாயங்காலம் பார்க்கலாம் என்ன? பை!’ என்று மழுப்பினார்.

‘அப்பக்கூட எனக்கு விபரீதமா சந்தேகம் வரலை. எனக்குப் பயமாகவே இருந்தது. உலகத்தில் இத்தனை சந்தோஷம் ஒருத்தருக்கு வரக்கூடாது. என்னைப் போல அதிர்ஷ்டசாலி உண்டா? கண்நிறைஞ்ச கணவன், சொத்து, சுகம், வீடு, வரப்போற குழந்தை... பேரு புகழ்...

‘ஆனந்த், ‘மெல்லப் பேசு. கடவுளுக்கு எங்கயாவது கேட்டுரப் போவுது. பொறாமையாய்டுவார்’ என்றார்.

‘ஆனந்த் நம்ம சந்தோஷம் உண்மையானதுதானே! அதில எதும் குற்றம் கலக்கலைதானே’ன்னு திருப்பித் திருப்பிக் கேட்டேன்.

‘ஆனந்த், ‘மனசைப் போட்டு உழப்பிக்காதே. சந்தோஷமா இருக்கப் பழகிக்க. இனிமே நம்ம வாழ்வே சாக்லேட் தடவின வானவில்தான்.’

‘சாக்லேட் இல்லை, விஷம்ங்கறது அப்புறம் தெரிஞ்சுது. அடிக்கடி போன் கால் வரும். எடுத்து ஹலோ சொல்வதற்குள் கட்டாயிடும். இந்த மாதிரி அடிக்கடி போன் வரது, என் குரல் கேட்டதும் கட் ஆயிடறது, யாரும் பேசறதில்லைன்னு சொன்னப்ப ஆனந்த் முகம் மாறிச்சு. போன் டிபார்ட்மெண்ட்ல புகார் கொடுக்கறேன்னார். கொடுக்கலை.

‘நான் இருக்கறப்ப போன் மறுபடி ஒலிச்சா ஆனந்த் அவசரமாக மாடில இருந்து தாவி இறங்கி, ‘பாரதி நான் எடுக்கறேன் இரு’ன்னு போனைப் பிடுங்கிக்கொள்வார். ‘சுருக்கமாப்

பேசறேன், ஆமா... நம்பர் ஃபோர்தான் பேசறேன். வேலை நடந்துக்கிட்டு இருக்கு. ராத்திரி எட்டுக்கு காண்டாக்ட் பண்றேன்.' இப்படியெல்லாம் பேசுவார்.

'என்ன வேலைன்னா, 'ஒண்ணுமில்லை'.

'இந்த 'ஒண்ணுமில்லை'யை அடிக்க கேட்க ஆரம்பித்தேன்!'

ரியாஸ் இடம் மாறிக் கொண்டார். அவர் முகம் மிகவும் தீவிரமாக இருந்தது. மேசை மேல் காபிக் கோப்பைகள் காலியாயின.

'அன்றிலிருந்து ஆனந்த் லாபில் மிக அதிக நேரம் செலவழிக்க ஆரம்பித்தார். உள்ளே என்ன செய்துகொண்டிருக்கிறார் என்பதை என்னால் அறிய முடியவில்லை. நான் உள்ளே சென்றால் செய்யும் காரியத்தை உடனே நிறுத்திவிடுவார். நான் அறையை விட்டுப் போகும்வரை காத்திருப்பார். குறுக்கீட்டை அவர் விரும்பவே இல்லை என்பது தெளிவாகத் தெரிந்தது. நானும் பெரிய ஆராய்ச்சியின்போது இவ்வாறான குறுக்கீடுகளை அவர்கள் சகிக்க மாட்டார்கள் என்று எண்ணிக்கொண்டு சும்மா இருந்துவிட்டேன்.

'சாப்பிடுவதற்கு மறந்தாலும் மறப்பார். ஆனால் இரவு எட்டு மணி சுமாருக்கு டீக்காக உடை உடுத்து. 'கொஞ்ச நேரம் வெளியே போய் வருகிறேன்' என்று தினம் தவறாமல் சென்று வந்தார்.

'எங்கே போகிறீர்கள்' என்று கேட்டால், 'சும்மா காற்று வாங்க' என்பார். காற்று வாங்க எதற்கு அத்தனை உத்தமமாக உடையணிந்து செல்லவேண்டும் என்று கேட்கத் தோன்றும். கேட்கவில்லை.

'ஒருநாள் கோயிலுக்குச் சென்று திரும்பும்போது, ஆனந்த் எஸ்டிடி பூத்திலிருந்து யாருக்கோ போன் பண்ணிக் கொண்டிருந்தார். வீட்டில் போன் இருக்கும்போது எதற்கு எஸ்டிடி பூத்துக்கு வரவேண்டும் என்று எனக்குச் சந்தேகம் வந்தது. அங்கே விசாரித்ததில், அவர் தினம் இந்த வேளைக்கு வருகிறார். ஓவர்சீஸ் கால் ஒன்று தவறாமல் செய்கிறார் என்று எஸ்டிடி பூத் ஆபரேட்டர் சொன்னார். நேராக வீட்டுக்கு வந்தேன். ஆனந்தின் லாபுக்கு வந்தேன். மேசையில் இருந்த காகிதங்களில் ஒரு ஃபைல் பார்த்தேன். சோமு!'

'லாபை பார்க்கலாமா?' என்றார் ரியாஸ்.

'வாங்க அழைச்சுட்டுப் போறேன்.'

லாபில் பலவிதமான சாதனங்கள். ஒரு கம்ப்யூட்டர் டெர்மினல், ஒரு வொர்க் பெஞ்ச், ஒரு சிறிய லேத், பெரிய கண்ணாடி சீசாக்களில் பலவிதமான ஆர்கானிக் திரவங்கள் இருந்தன.

Warning Explosive என்று எழுதிய பாட்டில்கள் இருந்தன. சுவரில் கரும்பலகையில் சிக்கலான கணக்குகள் எழுதியிருந்தன. அதில் ஒரு மிஸைலின் வடிவம் வரைந்து, அதன் Trajectory கோடிடப் பட்டு அது விழப்போகும் இடத்தில் ஒரு பெரிய வெடிப்பு ஏற்படுவது போல் படம் வரைந்திருந்தது.

அலமாரியில் பல ஃபைல்கள்.

அதில் ஒன்றை பாரதி எடுத்தாள்.

'இந்த மாதிரி நிறைய ஃபைல் பார்த்தேன்!'

அதில் Project Somu First Phase Implementation Plan என்று எழுதி, அதன் மேல் 'டாப் சீக்ரெட்' என்று எழுதியிருந்தது.

'நான் அதப் பிரிச்சுப் பார்க்கறப்ப சற்றும் எதிர்பாராம பின்னால் ஆனந்த் வந்துட்டாரு. எனக்கு தூக்கிவாரிப் போட்டது. ஆனந்த் முகம் கடுப்பாயிருச்சு. 'இங்க என்ன வேலை உனக்கு' என்று அதட்டினார்.

'ஆனந்த், சோமுங்கறது என்ன?'

'உனக்கு எதுக்கு?'

'இல்லை ஆனந்த். எனக்குத் தெரிஞ்சாகணும்'னேன்.

'சொன்னா உனக்குப் புரியாது.'

'ஆனந்த் எனக்குப் புரியறது எல்லாம் தப்புன்னுதான் நினைக்க விரும்பறேன். யாரோ போன் பண்றாங்க. யாருக்கோ நீங்க வீட்டுக்கு வெளியே போய் போன் பண்றீங்க. அதெல்லாம் என்ன ஆனந்த்?'னு கேட்டப்ப, 'சொல்லிருவேன். நீ அதிர்ச்சி ஆய்டுவே'ன்னாரு. எப்படிப்பட்ட அதிர்ச்சி!'

19

பாரதி மாடிக்குச் செல்ல விரும்பினாள். 'நீங்கள் மட்டும் வாங்க ரியாஸ்' என்றாள்.

சற்று நேரம் அந்த பெரிய வீட்டின் மொட்டை மாடியில் நின்றாள். ரியாஸ் சற்று எச்சரிக்கையாக இருக்க விரும்பினார். சட்டென்று குதித்துவிடப் போகிறாள் என்று அருகில் போய் நின்றார்.

'குதிச்சுருவேன்னு பயப்படறீங்களா? இல்லை சார். குதிக்க மாட்டேன். தற்கொலை செய்துக்கறதா இருந்தா என் ஆனந்தைச் சுட்ட கணமே நானும் சுட்டுக்கிட்டு இருந்திருக்கலாமில்லை! ஏன் அந்த மாதிரிச் செய்யலை? எனக்கே புரியலை!'

'எனக்குக் கொஞ்சம் புரிய ஆரம்பிக்குதுங்க!'

'ஒரு மிக அருமையான சைன்டிஸ்டை அந்தக் காரியம் செய்ய வெச்சது எதுங்கறதை முழுமையாக் கண்டுபிடிக்கற விருப்பமா இருக்கலாம். எத்தனை தடவை கேட்டேன், 'எதுக்காக வீட்டில் போன் இருக்கறப்ப எஸ்டிடி பூத்ல போய் போன் பண்றீங்க ஆனந்த்? ஏதாவது சிக்கல்ல மாட்டிக்கிட்டிருக்கிறீங் களா, சொல்லுங்க ஆனந்த். என்ன விஷயமா இருந் தாலும் சொல்லுங்க ஆனந்த். நான் உங்க கட்டின

பொண்டாட்டி. எங்கிட்ட எதையும் மறைக்கத் தேவையில்லை. கெட்ட செய்தியா இருந்தாலும் சரி. சொல்லிடுங்க. அப்பத்தான் மனசில நிம்மதி வரும்'னேன்.

'மௌனமாகவே இருந்தார். மனசில போராட்டம், முகத்தில் தெரியுது. சொல்லிடலாம், சொல்ல வேண்டாம்னு அல்லாடறது எனக்குத் தெரியுது. 'ஆனந்த் என் வயிற்றில் வளர்ற உங்க குழந்தை மேல சத்தியமாச் சொல்லுங்க. எங்கிட்டருந்து எதையும் மறைக் கலைன்னு...'

'அதுக்கெல்லாம் பயப்படறவன் இல்லை நானு' என்றார்.

'நான் என்ன பண்ணேன், லாப்ல ஒரு ஆஸிட் பாட்டிலை எடுத்தேன். குடிச்சுருவேன்னு பயமுறுத்தினேன். ஆளு பயந்துட் டார். 'வேண்டாம் பாரதி, சொல்லிடறேன். நான் சொல்றதல உள்ள அதிர்ச்சியை தாங்கிக்கொள்கிற சக்தி இருக்கணும் உனக்கு. இனிமே இந்தப் பைத்தியக்கார காரியம் செய்ய மாட்டேன்னு சத்தியம் பண்ணிக் கொடுக்கணும்'னார். சத்தியம் பண்ணிக் கொடுத்தேன்.

'உங்கிட்ட சொல்லி மனசை லேசாக்கிக்கலாம்னு நினைச்சேன். இதுவரைக்கும் அதுக்கு வேளை வரலை. உலகத்தில் பணத்தை விட பெயர்தான் முக்கியம்ங்கற தப்பான பாவனையை அழிச்சுப் பெயரெடுப்பதைவிட, பணம்தான் பெரிசுங்கறதை இந்தச் சமூகம் எனக்கு கத்துக் கொடுத்த பாடம்?'

'அதில் தப்பு என்ன?'னேன்.

'இருக்கு, தப்பு இருக்கு, தப்பு இருக்கு, தேசத் துரோகம்!'

'எனக்கு அந்த வார்த்தைகளின் பூரணமான தாக்குதல் கிடைச்ச போது, அதிர்ச்சில ஏதும் பேச முடியாம என் ரூமுக்கு வந்து கதவை மூடிக்கிட்டேன். எனக்கு அந்த அதிர்ச்சியை கிரகிச்சுக்க அவகாசம் தேவையாக இருந்தது.

'பாரதி பாரதி! என் நிலையைப் புரிஞ்சுக்கணும் பாரதி. நீ புரிஞ்சுக் கிட்டே ஆகணும்'னு வற்புறுத்தினார்.

'அதுக்கப்புறம் ஒரு வாரம் நான் அவர்கூட பேசவே இல்லை. முழு நேரமும் லாப்லதான் இருந்தார். ஏதோ பீக்கரில் ஏதோ திரவம் பொங்கும். அதில் ஏற்படும் மாற்றத்தை ஆனந்த் தீவிரமாக

யோசிப்பார். தனக்குள்ளேயே பேசிப்பார். அவருடைய ஆராய்ச்சி உச்சகட்டத்தை அடைந்திருக்கிறது தெரிஞ்சுது. போர்டில் ஃபார்முலாவை எழுதுறார். கம்ப்யூட்டரில் கணக்குப் போடறார். போர்டை அழிக்கிறார். ஏதோ பித்துப் பிடித்தவர் போல் இயங்கினார்.

'பெரிய பெரிய புத்தகங்களைப் புரட்டிக்கிட்டு, யார் என்ன சொன்னாலும் நான் சொன்னதுதான் சரி. யார் குறுக்கிட்டாலும் நான் செய்யப்போறது நிச்சயம்னு தனக்குள்ளயே பேசிக்கிட்டு... எனக்கு பயமாகவே இருந்தது. அது என் ஆனந்தே இல்லை. அது ஏதோ ஒரு பேய் பிடிச்ச ஆனந்த்...

'எனக்கு என்ன செய்யறது, எப்படி அவரைத் தடுக்கறது? எதுவுமே புரியாம இருந்தது. சட்டுனு தீர்மானிச்சு சென்னை வந்தேன் அப்பாவைப் பார்க்க.

'அப்பாகிட்ட விவரமா சொல்லிட்டேன். அவர், 'நீ செஞ்சது தப்பு, வீட்ட விட்டு இந்தச் சமயத்தில் வந்திருக்கக் கூடாது. சூழ்நிலையும் சந்தர்ப்பமும், திறமைக்கு மதிப்புத் தராத இந்தச் சமுதாயமும், ஆபீஸ்ல ரெகக்னிஷன் இல்லாததும்தான் ஆனந்தைக் கெட்ட வழியில் செலுத்துது. நீ இருந்து அவனைத் திருத்த, திரும்ப முயற்சிக்கணும்மா. நீதாம்மா அவருக்கு பக்கபலம்'னார்.

'அந்தச் சூழ்நிலையில் என்னால ஒரு நிமிஷம் வாழ முடிய லைப்பா. ஆனந்த் திருந்தற நிலையைத் தாண்டிட்டார். வெறி புடிச்சாப்பல ஆராய்ச்சி பண்ணிக்கிட்டு இருக்கார். அதை ஏதோ தேச விரோதிகளுக்கு விற்கத் தீவிரமா முயற்சி செய்துக்கிட்டு இருக்கார்ப்பா' என்றபோது அப்பாவால் நம்ப முடியலை ஆனந்த் இப்படியெல்லாம் செய்வானான்னு. 'எதுக்கும் நான் முன்னா வுக்கு போன் பண்ணி, ஆனந்த்கிட்ட பேசச் சொல்றேன்'னாரு.

'இரண்டு மூன்று தினம் அப்பாவுடன் மதராஸில் இருந்தேன். என் ஆனந்தை விட்டு ஒரு நிமிஷம்கூடப் பிரிந்திராதவளுக்கு, பிறந்த வீடு நரகமாக இருந்தது.

'அப்பா சொன்னது சரிதான். நான் ஆனந்தை விட்டு வந்திருக்கக் கூடாது. அவரை நல்ல வழியில் திருப்புவதற்கு என்னைத் தவிர வேறு யாரால் முடியும்? நான் தப்பு செய்துட்டேன். உடனே நான் வீடு திரும்ப வேண்டும்.

'முன்னாவுக்கு தகவல் சொல்லிட்டு நான் பெங்களூர் திரும்பி னேன். ஆனந்துக்கு ஒரு சர்ப்ரைசாக இருக்கட்டும் என்று போன் பண்ணாமல் புறப்பட்டேன்.

'சர்ப்ரைஸ் எனக்குத்தான். சர்ப்ரைஸ் மட்டும் இல்லை. அதிர்ச்சி!

'ஒரு ஆட்டோவில் வந்து இறங்கிட்டு காசு கொடுத்துவிட்டு மெல்ல கதவைத் திறக்கறேன். என்னிடம் டூப்ளிகேட் சாவி இருந்தது. ஆனந்துக்கு ஒரு இன்ப அதிர்ச்சி கொடுக்கவேண்டும். முன்னறிவிப்பில்லாமல், சப்தமிடாமல் பின்னால் வந்து அணைக்கவேண்டும் என்ற எண்ணத்துடன் பூனைப் பாதங் களுடன் மெல்ல அணுகினேன்.

'உள்ளே பேச்சுக்குரல் கேட்டது. ஆனந்த் சில அன்னியர்களுடன் பேசிக்கொண்டிருந்தார். ஆனந்தின் அறையில் மேசைமேல் பலவிதமான ப்ளூப்ரிண்ட்கள் வைக்கப்பட்டிருந்தன. ஓவர் ஹெட் ப்ரொஜெக்டரில் சுவரில் ஹைதராபாத்தின் வரைபடம் தெரிந்தது.

'அங்கே வீற்றிருப்பவர்கள் அன்னிய முகங்கள். ஸ்கல்கேப் அணிந்த இரானியத் தோற்றம் உள்ள ஒருவன், ஒரு வெள்ளைக் காரன், ஒரு இத்தாலியன், ஒரு இந்திய ஏஜெண்ட்.

'அனைவரும் ஆனந்த் சொல்வதை உன்னிப்பாகக் கவனித்துக் கொண்டிருந்தார்கள். சுவரில் Project SOMU to conquer the world என்று எழுதியிருந்தது. ஆனந்த் அந்த அன்னியர்களுக்கு ஒரு மிக அபாயகரமான ஏவுகணையைப் பற்றி விவரங்கள் தந்து கொண்டிருந்தார்.

'எனக்கு பிரமிப்பில் அப்படியே பேச்சு வராமல் சற்று நேரம் கேட்டுக்கொண்டிருந்தேன். என்னால் என் கண்களையும் காதுகளையும் நம்பவே முடியவில்லை. நம் ஆனந்தா இப்படி நாட்டின் அழிவுக்கு வித்திடும் ஆயுதத்தை வெளிநாட்டுச் சதிகாரர் களுக்கு விற்கிறார்! அவர்களைப் பார்த்தால் நல்லவர்களாகத் தெரியவில்லை. காசுக்காக எந்த நாட்டையும் அழிக்கவல்ல, எந்தக் காரியத்தையும் செய்யவல்ல கூலிப் படையினர் போலத் தோற்றமளித்தார்கள். ஆனந்த் இதில் அழிவு அதிகம் என்கிறார்...

'கவலைப்படாதே. எந்த நகரத்தையும் அழிக்க மாட்டோம். அழிப்பதாகச் சொல்லி அந்தந்த அரசாங்கத்திடமிருந்து பணம்

பறிக்கவேண்டும். அதில்தான் சாகசம். நீ வியாபாரம் பேசு, ஆனந்த்...'

'அவர்களில் தலைவன் ஆனந்துடன் கை குலுக்கினான்.

'முப்பதாம் தேதிக்குள் பதினெட்டு தயார் செய்துவிடு' என்றான்.

'ஆனந்த், 'வாண்ட் எ டெமோ?'ன்னார்.

'தலைவன் 'ஜாக்கிரதை'ன்னான்.

'ஆனந்த் சிரித்து, 'பயப்படாதீர்கள்' என்று சொல்லி வருணித்தது மிக பயங்கரமான திட்டம்!

'நாட்டில் கலகம் விளைவிக்க பொதுக் கட்டடங்கள், பொதுக் கூட்டங்கள் அருகில் இந்த மிசைல்களைப் புதைத்துவிட வேண்டியது. ஒரே சமயத்தில் தூரத்திலிருந்து ஓர் ஆணை கொடுத்தால், நகரம் முழுவதும் இந்தப் பாக்கெட் அணுகுண்டுகள் வெடிக்கும். ஒரு நகரத்தையே அழித்துவிடும் வல்லமை பெற்றது. அதனால் என்ன நிகழும் என்பதைக் காட்டினார்.

'சூரியன் தவறவே தவறாத டைம்பாம். சூரியனின் ஒளி சரியாகப் பதினோரு மணிக்கு 75 டிகிரி கோணத்தில் சாய்வாக இந்த ஹீலியோ ஸ்டாட் கண்ணாடியின் மேல் படும்போது, அதிலிருந்து புறப்படும் ஒளிக்கற்றை இந்த ப்யூஸை அறுத்துவிட, முதல் மிசைல் லாஞ்ச் ஆகும். யாரும் அருகில் இருக்க வேண்டிய தில்லை. விளைவு நீங்களே பாருங்க. இது ஒரு கம்ப்யூட்டர் சிமுலேஷன். நிஜம் போலவே இருக்கும்' என்றார்.

'மானிட்டரில் விதான் சௌதா மெல்ல பகுதி பகுதியாக இடிந்து விழுந்தது. அதேபோல் எம்ஜி ரோடின் பல மாடிக் கட்டடங்கள் அனைத்தும் ஒவ்வொன்றாக விழ, மேசை மேல் ஒரு டவுனின் மாடலைக் கொண்டு வைத்தார். அதில் பல இடங்களில் சுழியிட்ட இடங்களை எல்லாம் காட்டி, 'இது எந்த நகரமாக வேண்டுமானாலும் இருக்கலாம். ஹைதராபாத், டில்லி, பம்பாய், கல்கத்தா, சென்னை, கோவை, ஏன் நியூ யார்க், ரியோ எது வேண்டுமானாலும் பத்து முக்கிய இடங்களில் இவ்வாறு இங்கெல்லாம் மிசைல் பொருந்தியிருக்கிறது. இந்த கட்டடத்தில் தான் ட்ரிக்கர் இருக்கிறது. எத்தனை மணிக்கு உங்களுக்கு இந்த மாடல் நகரம் வெடிக்கவேண்டும்' என்று அவர்களைக் கேட்டார்.

'தலைவன், 'எட்டு மணிக்கு' என்றான்.

'ஆனந்த் கம்ப்யூட்டர் டெர்மினலில் 0800 என்று உள்ளிட்டார். சற்று நேரம் கம்ப்யூட்டரில் ஒரு கவுண்ட் டவுன் ஆரம்பித்தது.

'இந்த இடைப்பட்ட நேரத்தில் அரசாங்கத்தோடு பேரம் பேசலாம். பணம் வந்தால் கடைசி செகண்டுவரை திருத்தலாம், மாற்றலாம் அல்லது ரத்து செய்யலாம். எல்லாம் ரிமோட்டி லிருந்து. இறுதிவரை அரசாங்கம் உங்கள் நிபந்தனைக்குப் பணியவில்லை என்றால் அது அவர்கள் தலைவிதி!' என்று ஆனந்தின் வாட்சில் எட்டு மணி இருக்கும்போது ஒரே சமயத்தில் அந்த பொம்மை நகரத்தில் பதிந்த அத்தனை குண்டுகளும் வெடிக்க, ஒரு நிமிஷத்தில் முழுவதும் அழிந்தது!

'அத்தனையும் பாக்கெட் அணுகுண்டுகள். கண்ட்ரோல்டு ஃப்யுஷன். கச்சிதமாக, ஆனால் முழுமையாக அழித்துவிடும். பூமிக்குள் அஸ்திவாரத்தில் வெடிப்பதால் ரேடியேஷன் அதிகம் இருக்காது. ECO FRIENDLY Positive action Detonator, Spread Spectrum Technique, coded commands யூஸ் பண்ணதால 250 கிலோமீட்டரிலிருந்து பேரம் பேசலாம்'னு அப்படியே பரவசத்தில் உளர்றார்.

'தலைவன் ஆனந்திடம் கைகுலுக்கிவிட்டு, 'ஒரு மணி நேரத்தில் உனக்கு ஸ்விட்ஸர்லாந்தில் ஓர் அக்கவுண்ட் திறக்கப்பட்டு, முதல் மில்லியன் டாலர் பணம் கட்டப்படும் போன் வரும். காத்திரு'னு சொல்லிவிட்டுப் புறப்பட்டான்.

'நான் ஒளிந்துகொண்டேன். ஆனந்த் அவர்களை வழி அனுப்பி விட்டு, உற்சாகமாக விசில் அடித்துக் கொண்டு உள்ளே வந்து என்னைப் பார்த்துத் திடுக்கிட்டார்.

'பாரதி! எப்ப வந்தே?'

'நீங்க அந்த துரோகிகளோட தேசத் துரோகம் பேசறப்பவே வந்துட்டேன்!'

'தேசத் துரோகமா, என்ன சொல்ற?'

'எனக்கு எல்லாம் தெரிஞ்சுருச்சு ஆனந்த். நீங்க நம் தேசத்தையே அழிக்க அவங்களுக்கு வழி சொல்லித் தரீங்க. அது துரோகம் இல்லாம வேற என்ன?'

'அழிக்க அல்ல, அழிக்கறதா பயப்படுத்த! என் திறமையை விக்கறேன். ஒரு கவிஞனோ கதை எழுதுறவனோ பத்திரிகைக்குத் தான் எழுதினதை விக்கறதுபோல...'

'இல்லை. அப்படியில்லை. கவிதைகளாலயும் கதைகளாலயும் தேசம் அழிவதில்லை.'

'சரி, துரோகங்கற அதை. என் திறமையை அவங்க கண்டுகொள்ளாம இருந்தது தேசத் துரோகமில்லையா? என்னை ஒவ்வொரு கட்டத்திலயும் மட்டம் தட்டி முன்னுக்கு வர முடியாம செய்த இந்த அட்மினிஸ்ட்ரேஷன் - இந்த அரசமைப்பு செய்தது துரோகம் இல்லையா? எத்தனை திட்டம் போட்டுக் கொடுத்தேன். அது எதற்கும் நிதி ஒதுக்கீடு செய்யாம, என்னைத் தலை குனிய வச்சது துரோகம் இல்லையா? நான் என்ன செய்தேன்? என் நிஜமான திறமைக்கு மதிப்பு கொடுத்து வாங்கறவன்கிட்ட அதை விக்கறேன். அது தப்பா? இவங்க இந்தத் திறமை வேண்டாம்னுட்டாங்க பாரதி!'

'இதனால தேசத்துக்கு அழிவு வரும்ங்கறது ஏன் ஆனந்த் உங்களுக்குத் தோணலை?'

'அதுக்கு நான் காரணமில்லை' என்றார் அலட்சியமாக.

'இது பொறுப்புள்ள பதிலா ஆனந்த்?'

'உனக்குத் தெரியாது பாரதி. நான் ஆபீஸ்ல பட்ட சிறுமையும் அவமானமும். தகுதியே இல்லாதவனை எனக்கு மேல ப்ரமோஷன் பண்ணாங்க. பரவால்லை. கவர்மெண்ட் பாலிஸி அது. இட ஒதுக்கீடு அப்படி இப்படின்னு. ஆனா நான் பெர்டிலைஸர் பாம் ப்ராஜெக்டை ப்ரபோஸ் பண்ணப்ப, அவங்க என்ன செய்தாங்க தெரியுமா? இந்த தேசத்து விவசாயிகளுக்குக் குறைந்த விலையில் ஏக்கர் கணக்கா நிலத்தைப் புரட்டிப் போடுகிற திட்டம் அது. அதனால் நம்ம பொருளாதார முன்னேற்றம் கணிசமா அதிகமாகும்னு ஒரு ப்ரபோஸல் கொடுத்தேன். இந்தத் திட்டத்தை சரியா புரிஞ்சுக்கிட்டு செயல்படுத்த எங்களுக்குத் திறமை இல்லைன்னு மரியாதையா சொல்றதுக்குப் பதிலா, ஏதோ பெரிய ஹாஸ்யத் துணுக்கை கேட்டாப்பல சிரிச்சாங்க!'

'ப்ரொபசர் பாக்கெட்ல என்ன வெச்சிருக்கிங்க? அணுகுண்டா? மத்யானம் என்ன டிபன்? அணுகுண்டா? ப்ரொபசர்? கடலை

சைஸ்ல அணுகுண்டு செய்ய முடியுமா?' இப்படியே தினம் தினம்! செய்து காட்டறேண்டா மகனுகளா என்று நான் செய்த காட்டியது தப்பா?'

'துரோகம்ங்கற. துரோகத்தினால எத்தனை நல்லது நமக்கு வந்திருக்கு தெரியுமா பாரதி? உன் உடம்பில் இருக்கற தங்கம், நீ உடுத்தற பட்டுப் புடைவை! அது என்ன ஷிஃபான் ஜார்ஜெட்டா? எத்தனை ஆயிரம் ரூபாய்? உன் அழகான கழுத்தில் இருக்கற நகை. இந்த வீடு, காரு... இதெல்லாம் சைண்டிஸ்ட் கிரேட் டூவோட சம்பளத்தில் சாத்தியமா? எல்லாம் அதிலதான் வந்தது. பாரதி, எல்லாமே உனக்குத் தந்தது இந்த ஒரு மந்திர வார்த்தை சோமு. Surface Operated Missile underground!'

20

'அந்த வார்த்தையைக் கேட்டதுமே நான் என் நகைகளைக் கழற்றி எறிந்தேன். தேசத் துரோகத்தினால் இதெல்லாம் வந்ததுன்னா வேண்டாம்னு சேலையைக் கூடக் கழற்றி எறிந்தேன். அவ்வளவு வெறுப்பில் இருந்தேன். அந்த சோமு ஃபைல்களை எடுத்து எரிக்க முயற்சி பண்ணேன். சிரிச்சார்.

'பஞ்சாங்கத்தை எரிச்சா நட்சத்திரத்தை எரிக்க முடியுமா? பைத்தியமே. எல்லாம் இங்கே இருக்கு' என்று தன் தலையைத் தொட்டுக் காட்டினார்.

'ஒன்றுமறியா மக்கள் செத்துப் போவாங்கங்கறது உங்களுக்குத் தோணவே இல்லையா ஆனந்த்?'

'யானை நடக்கறபோது எறும்புகள் மிதிபட்டுத்தான் ஆகணும் பாரதி. இல்லை எறும்பு மிதிபடுதுன்னு செருப்பு போடாம இருக்க முடியுமா'ன்னு அலட்சியமாச் சொல்றார்.

'ஆனந்த் ஏன் இவ்வளவு இன்சென்சிடிவ் ஆயிட்டீங்க. பூ மாதிரி இருந்தீங்க. பாம்பாயிட்டீங்க. ஏன்னேன்?

'இல்லை பாரதி, சரித்திரத்தை படித்துப் பார்த்தாலே போதும், விளங்கும். சில புரட்சிகரமான

மாறுதல்களைக் கொண்டு வரதுக்கு சில இழப்புகள் இருந்தே ஆகணும். ப்ரெஞ்சுப் புரட்சியும் ரஷ்யப் புரட்சியும் கற்றுக் கொடுத்த பாடம்.'

'அதனால் என்ன நன்மை வரப் போவுது நம்ம நாட்டுக்கு?'

'புரட்சி. இப்ப வந்துட்டுப் போனாங்களே, இவங்க நம்ம நாடடின் அரசியல் அமைப்பையே மாற்றி உண்மையான திறமைக்கு மதிப்பு தரக்கூடிய அமைப்பைக் கொண்டுவரப் போறாங்க. A controlled democracy, benevolent dictatorship வரும். அதுதான் நம் நாட்டுக்கு ஏற்றது'ன்னார்.

'சபாஷ் உங்களை நல்லா ப்ரெய்ன் வாஷ் பண்ணிருக்காங்க. சரியான திட்டம் தீட்டிருக்கீங்க'ன்னு கை தட்டினேன்.

'ஆனந்த் என்னைச் சந்தேகத்துடன் பார்த்தார்.

'இந்த மாதிரி குத்திக் காட்டற பேச்செல்லாம் வேண்டாம். தன்னம்பிக்கை இருக்கறவரைக்கும் என்னால எதையும் எதிர் கொள்ள முடிஞ்சுது. ஆனா எனக்குத் தோல்வி மட்டும் தாங்கலை!'ன்னு உணர்ச்சிவசப்பட்டார்.

'காரணமே இல்லாத தோல்வி. அதனால் ஏற்பட்ட அவமானம், கடமை உணர்ச்சி உள்ள ஒருவனுக்கு எப்பவும் தோல்வி வரக் கூடாது.'

'அவர் சொன்னதில் நியாயம் இருக்கறதா பட்டது. இருந்தாலும் அவர் செயலை நியாயப்படுத்த முடியவில்லை.

'ஆனந்த், நீங்க மனசு வெச்சா இந்தத் தேசத்துக்கு ஒரு ஆபரணம் போல இருக்க வேண்டியவர். என் கற்பனையெல்லாம் பொய்யாக்கிட்டீங்க'ன்னேன்.

'இந்தச் சமூகம் என்னை ஏமாத்திருச்சு பாரதி, அதுக்கு நான் பாடம் கற்பிக்கணும். அதுவரைக்கும் எனக்கு நிம்மதி இல்லை'ன்னார்.

'நீங்க எவ்வளவு புத்திசாலி, எவ்வளவு சாமர்த்தியசாலி, நீங்க போய் இந்தக் காரியம் பண்ணலாமா? வேண்டாம் ஆனந்த். இந்த எண்ணத்தைக் கைவிடுங்க'ன்னேன்.

'அப்படின்னா பழைய வாழ்க்கைக்குப போகணும்ங்கறியா? இதையெல்லாம் விட்டுட்டு?'

'அதனால என்ன ஆனந்த்? அப்ப நாம எவ்வளவு சந்தோஷமா, நிம்மதியா இருந்தோம். இந்தப் பாழாய்ப்போன வசதிகள் எல்லாம் எதுக்கு? மனச்சாட்சி சுத்தமில்லைன்னா?'

'ஸாரி. அதுவரைக்கும் காத்திருக்க மாட்டேன். உன்னைத்தவிர எல்லாரும் என்னை டிஸ்கரேஜ் பண்ணிக்கிட்டிருந்தாங்க. இப்ப நீயும் சேர்ந்துட்ட. கவலையில்லை. எந்தக் காரணத்துக்கும் நான் ஆரம்பிச்சதை விடமாட்டேன். நீயே எதிர்த்தாலும் விட மாட்டேன்.'

'அப்போது போன் அடித்தது.

'இட்ஸ் டூ லேட்! பாரு என் கனவு நனவாற சமயம் நெருங் கிட்டுது. இத்தனை நாள் முயற்சிக்கும் ஆராய்ச்சிக்கும் பலன் கிடைச்சுருச்சு. கூப்பிடுறாங்க. அவங்க தேசத்துக்கு வந்துரும் படியாக் கூப்பிடறாங்க. நான் சரி சொல்லப் போறேன், போகப் போறேன். உனக்கு இஷ்டமிருந்தா வா. இல்லை இங்கேயே இருந்து தேச பக்தியையும் விசுவாசத்தையும் கட்டிக்கிட்டு அழு. எனக்கு உன் உபதேசம் கேட்டு அலுத்துப் போச்சு பொண்டாட்டி' என்றார்.

'வேண்டாம் போனை எடுக்காதீங்க, எடுக்காதீங்க'ன்னு அலறினேன்.

'பைத்தியம்! என்னைக் கடவுளாலகூட இப்பத் தடுக்க முடியா துன்னு தெரியலையா உனக்கு?'

'போன் எடுத்துப் பேசறார். 'எஸ் சார். எஸ் சார். எஸ் மிஸ்டர் முஸ்தபா, நான் தயார். எல்லா ட்ராயிங்ஸுும் இருக்கிறது. எல்லாவற்றுக்கும் நான் தயார்.'

'நான் தீர்மானிச்சுட்டேன். அவர் பரிசோதனைக்காக ஒரு துப்பாக்கி வாங்கியிருந்தது ஞாபகம் வந்தது. அவர் போன் பேசற நேரத்தில் மேசை இழுப்பறையிலிருந்த துப்பாக்கியை எடுத்து ஆனந்தின் முன்னால நீட்டினேன்.

'ஆனந்த் சிரிச்சார். 'என்னது? நீ அதாவது பாரதி? என்னை, அதாவது உன் கணவனைச் சுடப் போறியா?'

'ஆமாம்'னேன்.'

பாரதி இப்போது தொடர்ந்து கண்ணீர் விட்டு அழுதாள். மூக்கு நுனி சிவக்க, வைரம் ஜொலிக்க, 'அவர் நான் சுடுவேன்னு நினைக்கவே இல்லை.

'பாரதி, ஞாபகம் இருக்கா? என் சாதனைகளை சரியாப் பாராட்டற யோக்யதை கடவுளுக்கு மட்டும்தான் உண்டுன்னு ஒருமுறை சொன்னியே, ஞாபகம் இருக்கா? அப்ப நான் என்ன சொன்னேன்? இந்த தேவதை என் சாதனையைப் பாராட்டினா போதும்னேன். பாரதி இதான் பாராட்டா? உன் கையால என்னைக் கொல்றதுதான் பாராட்டா? இல்லை. இது எப்பவும் சாத்தியமே இல்லை. நீயா? கொல்வியா? ஒரு எறும்பைக் கூடக் கொல்லத் தயங்குவே. எறும்பு கடிச்சாக்கூட அதைத் தள்ளி விட்டுருவே. நீயா கொல்வே? நோ பாரதி, Put that revolver down, you idiot! ரிவால்வரை வெச்சுட்டு என்கூடப் புறப்படு. டயம் இல்லை! ஃப்ளைட்டை புடிக்கணும். வெளிநாடு போகணும். ரெண்டு பேருக்கும் பாஸ்போர்ட், விசா எல்லாம் தயாரா இருக்கு. பாரதி சொல்றதைக் கேளு பாரதி! பாரதி!'

'சுட்டுட்டேன்!

'ஆனந்த் முதல்ல ஆச்சரியம், அதன்பின் நம்பிக்கையின்மை காட்டி விழுந்து துடித்தார். நான் அப்படியே நின்னுக்கிட்டு இருக்கேன். என்ன செய்யறது தெரியலை.'

அவள் கண்களில் கண்ணீர் பிரவாகமாக உதிர்ந்தது.

'ஆனந்த் மிகுந்த வலியில் மேசையில் டெலிபோனை எடுத்து 100 டயல் செய்தார். கடைசில என்ன சொன்னார் தெரியுமா? 'பாரதி யோசிச்சுப் பார்த்தா, நீ செய்தது சரி.'

'ஹலோ ஹலோ என்னை என்னைக் கொன்னது கொன்னது'ன்னு தயங்கி என்னைப் பார்த்தார். நான் காத்திருந்தேன். 'சோமு' என்றார்.

'நான் அப்படியே நிக்கறேன். முன்னா சேகர் உள்ளே வந்தான்.

அப்போதுதான் நினைவு வந்தது. 'முன்னா, முன்னா! நான் என் கணவனைக் கொன்னுட்டேன். அவரைக் கொன்னுட்டேன்.'

அதற்கு மேல் பாரதியால் பேச முடியவில்லை. உடைந்துபோய் தரையில் உட்கார்ந்து அழுதாள். ஓரத்தில் சோமசேகர்

நின்றுகொண்டிருந்தான். ரியாஸ் பிரமிப்புடன் அவளை மௌன மாகப் பார்த்தார்.

'மேல நடந்ததை நான் சொல்லட்டுமா?'

'சொல்லுங்க.'

'துப்பாக்கியால் கணவனைச் சுட்டுட்டு காலடியில விழுந்து கண்ணீரால் அவன் கால்களை நனைக்கிறா சார். எப்பேர்ப்பட்ட பெண் இவள்? 'முன்னா அவர் துரோகம் செய்யறதை என் மனம் சம்மதிக்கலை. சுட்டுட்டேன். ரொம்ப வலிச்சிருக்குமா முன்னா?' என்கிறாள்.

'ஈஸி ஈஸி பாரதி. நடந்தது நடந்தாச்சு. கவலைப்படாதே. நான் சொல்றபடிச் செய்' என்றேன்.

'அவ பிரமிப்புடன், 'நான்தான் கொன்னேன்னு சொல்ல வேண்டாமா போலீஸ்கிட்ட? வா போகலாம் போலீஸ் ஸ்டேஷனுக்கு'ங்கறா.

'சொல்லலாம், சொல்லலாம். சமயம் வரப்ப சொல்லலாம். முதல்ல நீ என்கூட உடனே மதராஸ் வரே'ன்னேன்.

'அவங்களைக் கூப்பிட்டு நீயே சொல்லிடறியா?'

'சொல்லிடறேன் கேளு. முதல்ல புறப்படு பாரதி.'

'இரு முன்னா. போலீஸ்கிட்ட சொல்லிட்டுப் புறப்படலாம்' - இப்படியே திருப்பித் திருப்பிச் சொல்லிக்கிட்டு இருந்தா. எந்த வகையிலும் தான் செய்த குற்றத்தை மறைக்கணும்ங்கற எண்ணமே இல்லை அவளுக்கு. மறைச்சது நான்தான்.

'அவளை நேரடியாக் கேட்டேன். போலீஸ்கிட்ட போய் என்ன சொல்வே? உன் கணவன் ஒரு தேசத் துரோகி. அதனால கொன்னேன்னா?'

'ஆமா. அதானே உண்மை!'

'உன் கணவனை இந்த நாடே ஒரு துரோகின்னு பட்டம் கட்டி எரிக்கறதை விரும்பறியா? இல்லை மிலிட்டரி ஆனர்ஸோட அடக்கம் செய்யறதை விரும்பறியா? என்கூட வா. நான் இதை சமாளிக்கிறேன் வா!'

'அவளை அழைத்து வந்துட்டேன்.'

'பாரதி சென்னையிலிருந்து பங்களூர் வந்ததை யாரும் பார்க்கவே இல்லை. அதனால் அவளை அடுத்த ப்ளைட்டில் சென்னைக்கு அழைத்து வந்துவிட்டேன். அந்தத் துப்பாக்கியை எடுத்து ட்ரிக்கரில் துடைத்து அவள் விரல் அடையாளங்களை நீக்கி விட்டு, பக்கத்து வீட்டுக் கிணற்றில் போட்டுவிட்டேன். என்னுடைய பாரதி எந்தக் குற்றத்தையும் மறைக்கவில்லை. அவள்தான் இந்தக் குற்றத்தைச் செய்தாள் என்று உங்களால் நிரூபிக்கவே முடியாது.'

'அப்படிச் சொல்லாதீங்க. முடியும். சர்க்கம்ஸ்டான்ஷியல் எவிடன்ஸை வெச்சு, போஸ்ட்மார்ட்டம் ரிப்போர்ட்டை வெச்சி இண்டியன் ஏர்லைன்ஸ் அன்னிக்கு பிளைட் மானிஃபெஸ்டை வெச்சு ஆனந்த் கோட்ல ஒட்டிக்கிட்டிருந்த தலைமயிர் டிஎன்ஏ அனாலிஸிஸ் பண்ணி பாரதியுடைய குற்ற ஒப்புதல் வாக்குமூலம் இல்லாமயே அவங்கதான் கொன்னாங்கன்னே எங்களால நிரூபிக்க முடியும். போலீசை அண்டர்எஸ்டிமேட் பண்ணா தீங்க.'

பாரதி தன் கன்னத்தைத் துடைத்துக்கொண்டு பேசினாள்.

'நாங்க உங்களைக் கெஞ்சலை. கைது பண்ணிக்கிட்டுப் போங்க. முன்னா நான் செய்த குற்றத்தை மறைக்க உதவினது தப்புத்தான். நான் சொன்னதையெல்லாம் எழுதிக்கிட்டு வாங்க. கையெழுத்துப் போட்டுத் தரேன்' என்றாள்.

'வேண்டாம்' என்றார் ரியாஸ்.

'ஏன்?'

'சிபிஐயைப் பொருத்தவரையில் இந்தக் கேஸை இதோட குளோஸ் பண்ணிரப் போறேன்.'

'என்னன்னு?'

'அன்சால்வ்டு. இன்னும் கண்டுபிடிக்கப்படாதது. எத்தனையோ முடிவு பெறாத கேஸ்களில் இதுவும் ஒண்ணு.'

'ஏன் அப்படிச் செய்யறீங்க?'

'என்னைப் பொருத்தவரையில் பாரதி செய்தது குற்றம் இல்லை; தண்டனை' என்றார் ரியாஸ்.

வளாகத்தில் அமைதியாக இருந்தது. காலைப் புல்வெளியில் வண்ணத்துப் பூச்சிகள் துடித்தன. சுமார் முன்னூறு விஞ்ஞானிகள் நாற்காலியில் வீற்றிருக்க, மேடையில் மூன்று நாற்காலிகளில் ஒன்றில் ஆனந்தின் பெரிதுபடுத்தப்பட்ட புகைப்படம் வீற்றிருந்தது. மற்ற இரு நாற்காலிகளில் டைரக்டரும் அருகே பாரதியும் வீற்றிருந்தார்கள். ஆனந்த் சிரித்துக்கொண்டிருந்தான் அடியில்.

ஆர்.எஸ். ஆனந்த் குமார்.

தோற்றம்: 3.5.65

மறைவு: 2.11.97 என்று எழுதியிருக்க, பின்னணியில் புதிய கட்டடத்தின் முன் கற்பலகையில் வெல்வெட் திரை விலக்கப்பட்டு, கோல்ட் ஃப்யுஷன் ஆராய்ச்சிப் பிரிவின் புதிய கட்டடத்துக்கு 'ஆனந்த் லாபரட்டரி' என்று பெயர் வைக்கப் பட்டு திருமதி பாரதி ஆனந்தால் டைரக்டர் முன்னிலையில் இன்று திறந்து வைக்கப்பட்டது என்று பொறிந்திருந்தது. கைதட்டல் ஓயக் காத்திருந்து டைரக்டர் தொடர்ந்து பேசினார்.

'விரும்பியிருந்தால் ஆனந்த் வெளிநாட்டுக்குப் போய் ஆராய்ச்சி செய்திருக்க முடியும். பணத்தையும், புகழையும்விட அவருக்கு தேசப்பற்று அதிகமாக முக்கியமாக இருந்தது.

'ஆனந்த் தினம் தினம் என்னிடம் ஒரு புதிய திட்டம் சமர்ப்பிப் பார். அத்தனை ஆர்வமும் புத்திசாலித்தனமும் உள்ளவர். அவருக்கு ஆர்யபட்டா அவார்டுடன் பத்மபூஷன் அவார்டும் கொடுக்கும்படியாக சிபாரிசு போயிருக்கிறது. அவர் எனக்கு சமர்ப்பித்த திட்டங்கள் அனைத்தும் அங்கீகரிக்கப்பட்டு விட்டன. அதுதான் நம்மிடமிருந்து பறிக்கப்பட்டுவிட்ட அவர் நினைவாக நம்மால் செய்யக்கூடிய சிறிய கைங்கர்யம்.'

பாரதி முகத்தைப் பார்க்க முடியாதபடி தலையைப் புடைவைத் தலைப்பால் மூடியிருந்தாள். முன்னா முதல் வரிசையில் உட்கார்ந்திருக்க, அவனை மட்டும் ஒருமுறை பார்த்தாள். அவன் அவளை சைகை மூலமாக 'அமைதியாக இரு' என்று சொன்னான்.

பந்தலின் ஓரத்தில் ரியாஸ் கைகட்டி நின்று கவனித்துக் கொண்டிருந்தார்.

ஒருமுறை பாரதியின் கண்களும் ரியாஸின் கண்களும் சந்தித்தன.

ரியாஸ் லேசாகப் புன்னகைத்தார்.

அவர் கையில் ஒரு மலர்க் கொத்து.

---

www.ingramcontent.com/pod-product-compliance
Lightning Source LLC
LaVergne TN
LVHW090406051026
849518LV00006B/2252
9788184934090